தேனலைகள்

கலைஞர் மு. கருணாநிதி

Title: Thenalaigal

Author: M. Karunanidhi

Language: Tamil

First Published on: 1958

Year of Publication: 2024

Book Format: Paperback

*Page Size: 6inch * 9inch*

Category: Fiction

Subject: Short Stories

No. of pages: 76

ISBN: 978-81-988410-6-3

Published by: Nilan Publishers, Madurai, Tamilnadu, India

பொருளடக்கம்

குறிப்புகளுக்காக

என்னுரை

கதை, கட்டுரை, நாடகங்கள் தீட்டும்போது நான் கையாளும் தமிழ் நடையை முற்றிலும் மாற்றி ஒரு புதிய முறையைப் புகுத்த வேண்டுமெனக் கருதியதன் விளைவாக 'முத்தாரம்' திங்கள் இதழில் தொடர்ந்து பல கட்டுரைகள் வெளியிடப்பட்டன. தமிழகத்தின் வரலாற்றுப் பெருமைகளை-இலக்கிய வளங்களை -இன்றைய விடுதலை வேட்கையை-புத்தம் புதிய நடையின் துணைகொண்டு மிக அழகாகச் சொல்ல முடியும் என்பதை உணர்ந்தேன்.

தமிழார்வம் படைத்த நண்பர்களும் - புலவர் பெரு மக்களும் என்னை ஊக்குவித்தனர்.

கவிதையுமல்லாமல் உரைநடையுமல்லாமல் 'கவிதை நடைச் சிறுகதைகள்' என்ற தலைப்பில் வெளிவந்த பன்னிரண்டு கதைகளை முத்துவேல் பதிப்பகத்தினர் "தேனலைகள்" என்ற நூல் வடிவில் உங்களிடம் தருகின்றனர்.

அடுத்த பதிப்பு இன்னும் அழகுடனும் சிறு சிறு பிழைகள்கூட இல்லாமலும் வெளிவரும் என்று நம்பி, அவர்கட்கு என் உளங் கனிந்த நன்றியைத் தெரிவித்துக் கொள்கிறேன்.

அன்பு
மு. கருணாநிதி
2/12/1958

அலை 1: முத்தாரம்

தழைத்துக் குலுங்கும் தண் மலர்ப் பொழில். ஆங்கு மழைக் கூந்தற்காரி—பேரழகி யொருத்தி! அவள் இழைக்குப் பொன் வேய்ந்த துகில் பூண்டு நிற்கின்றாள், அணைக்கும் காதலனை அழைக்கும் கண் கொண்டு- கன்னங்களில் தேன் மொண்டு! கிள்ளை அவள் பெயர். பல், முல்லை ! இதழ், சர்க்கரை வில்லை !

அவனோ தமிழழகன். இளவணிகன். பருவ மயில் ஆடுதற்கு முகில் கூட்டும் கண்ணுடையான். வளரும் மலைத்தோளுடையான், வளவன் பெயரால்!

அவன், விற்காட்டும் புருவத்தாளை - தற்காத்துத் தற்கொண்டான் பேணுகின்ற கற்பு கருவத்தாளை- சந்திக்க வருகின்றான், பந்திக்கு முந்துகின்ற பசிகாரன் வேகத்தில்!

கனிமரங்கள் தலை நாணும்-அவள் எழில் வந்து தருவாய் நிற்கின்ற காட்சி கண்டு! விட்டான் வளவனென்ற சேதிதன்னை அங்கிருக்கும் சருகுகளின் சலசலப்பால் அறிந்து கொண் டாள். 'அத்தான்' என்பதற்குள் அணைத்து விட்டான் பின்னிருந்து ! கொத்தாக இன்பம்-குலை குலையாய்ச் சுவை மொழிகள்-காதல் அலை முழங்கும் இரு கடல்கள்-பெருவிருந்து! நீண்ட மௌனம் !....... விடியற் பறவைகளின் பண் கேட்டு, விழித்தெழுந்தார்!

"நீலவிழி நெருப்பாகச் சிவந்ததடி என் கண்ணே" என அவன் கூற, ஆமத்தான்! அங்கென்ன வாழ்கிறது!" எனச் சொல்லி மீண்டும் தழுவுகின்றாள்.

"இனி நாம் இதுபோல் ஆடிப்பாட இருபத்துத் திங்கள் ஆகும் பெண்ணே-நாளை மறு நாள் ரோம் நகரம் போகின்றேன் கண்ணே!"

"கட்டழகா! கடலலையில் கட்டுமரம் போலத் தவிப்பதற்கோ பிறந்தேன் ! இல்லை-இந்தப் பயணத்தைத் தவிர்ப்பதற்குத் துணிந்தேன்!"

"தடை வேண்டாம்-தணல் வேண்டாம் உன் விழியில்! புனல் கடந்து ஒளிமுத்து விற்றால் மடை திறந்த வெள்ளம்போல் பொற்காசு குவியும். தமிழர் வளத்தைத் தரணி அறியும். விடைகொடு பாவாய்-அத்துடன் விருந்தளிக்கும் உன் இதழ்க் கடையை இங்கு கொடு !"

"முத்துச் சுமையேற்றிக் கத்துக் கடல் சீறிச் செல்கையிலே குத்து விளக்கொன்றை இங்கு செத்து மடிய விட்டுச் செல்கின்றோம் என நினைப்பீரா அத்தான்?"

"நினைக்கமாட்டேன் நேரிழையே... உனை மறந்தன்றே நினைப்பதற்கு !"

"களவொழுக்கம் புகுந்து விட்டோம்- நாளை மறந்து விட்டால் நில நடுக்கம் என் வாழ்வில்! இதை உணர்வீர்!"

"மூச்சு வாங்குவதற்கும் விடுவதற்கும் நினைப்பை வைத்துக் கொள்வதில்லை. என் உயிர் மூச்சே! ஏதேதோ எண்ணாதே! நீயின்றி நானில்லை! நிலவின்றி வானில்லை! "

"விண்மீன்கள் படையெடுத்தால்?"

"புலால் உண்ணேன்!"

'ரோம் நாடு அழகிகள் வாழ் தேன் கூடாமே'

"அங்கு நானோர் முடவனாயிருப்பேன். கொம்புத் தேன் தமிழகத்தில் உண்டென்று உன் கொய்யா இதழ் நினைத்து உறங்குவேன். கற்பனையில் உண்ணுவேன்."

"வெளி நாட்டுக் கனி யொன்றைச் சுவைப்போமே யென எண்ணி விட்டால்....?"

"அணிலா நான் ? பல கனி சுவைக்கும் பண்பில்லை எனக்கு!"

"பரத்தையர் நட்பு குற்றமில்லையெனக் கொண்டு விட்டால்....?"

"தமிழர் பண்பு இன்று அதுவெனினும் நான் விதி விலக்கு! வீண் ஐயத்தை நீ விலக்கு!"

பிறகு பேச்சில்லை! இருபது திங்கள் பிரிவுக்கும் சேர்த்தளித்தார் ஒருவருக்கொருவர் இன்பச் சுவையை பாலைவனப் பயணம் போகும் ஒட்டகம் போல். இருபது திங்கட்கு இன்பத்தை மூட்டை கட்ட இடந் தரவில்லையே இயற்கையென வருந்தி நின்றார். பின் பிரிந்தார், நன்றாக விடிந்து விட்ட தால்!

தென் பாண்டிக் கடல் முத்தை முதுகிற் சுமந்து தமிழகத்து நாவாய் ஒன்று ரோம் நோக்கிப் போகும் காட்சி. அதன் தளத்தினிலே வளவன் நின்று உளத்தினிலே மூண்டுவிட்ட காதல் தீயால் கிள்ளையை எண்ணிச் சிறு பிள்ளைபோல் அழுதான். "ஏன் சோகம்?" என்று ஒரு தேன் குரல் கேட்டுத் திரும்பினான். கிள்ளையினும் கவின் மிக்காள். கீழ் வானத்துச் சூரியன்போல் கன்னங் கொண்டாள். உடலெடுப்பாய்த் தோன்றுகின்ற உடையமைப்பு ! காதலுக்கு வாவென்று தூது விடும் கண்ணின் கடை அழைப்பு! விற் புருவம்! அதன்மேலே விண்மீன்கள் போலே ஒளிர்கின்ற புள்ளிக் கூட்டம்! கார்

கூந்தல்-கட்டி முடிந் திருக்கும் காட்சிக்கு இரண்டு நாட்கள். இருபது ஆட்களுக்குமேல் பிடித்திருக்கும் !

தாமரை மலர்மீது வண்டொன்று அமர்ந்தது போல் அவள் முகமீது ஒரு அழகுப் பரு! இன்ப உரு !

யாரென்றான்! ரோமென்றாள் ! பெயர் கேட்டான். லெஜியா ! பெருவணிகன் மார்க்கசின் பேத்தி! தகவல் தந்தாள்! காதல் அகவல் பாடும் அவள் விழி கண்டான். புரிந்து கொண்டான், அவள் நெஞ்சம்!

"மயில், மிளகு, முத்து தரும் தமிழகம் எனக்கு மையல் தீர்க்கும் அழகனையும் அளித்தது" என்றாள். "அவன் யார்?" அவன் கேட்டான். துணிச்சல்காரி அவன் தோள் சாய்ந்து, "நீர் தான்" என்றாள். "கடல் நீர் கரிக்குமம்மா!" எனக் கேலி பேசி அகன்று விட்டான். பருகுதற்குத் தேவையில்லை என் இதயப் படகு மிதப்பதற்குத் தேவை " யென்றாள்." பாய் கட்டிப் படகு நீ !....காற்றடித்த பக்கமெல்லாம் செல்லாதே.... கற்புச் சுக்கானை ஒழுங்காய்ப் பிடி" யென்றான். காற்றும் நீர்....படகும் நீர்....பாய்மரமும் நீர்.... சுந்தரத் திருப்பம்தரும் சுக்கானும் நீர்....இந்த ஓடம் ஊர்கின்ற கடலும் நீர் !........"

"கடலும் நீர்தான் !"

"என் கண்களிலும் அதுதான்!"

"கவனித்தேன்...விழி நீரில் என்னை மிதக்க விடாதே-விடுவித்துவிடு தங்கையே என்னை !'

"தங்கை யென்றா அழைக்கின்றீர்....?"

"திகைப்பானேன் ! திருவிடத்தின் பெருமை சார்பண்பு தாயே அது !"

"ஆண்டவன் அளித்த அழகிற்கு நீங்கள் தரும் மதிப்பு இதுதானா ?"

"ஆண்டவனை அளித்தார்களே; அவர்களையே தமிழகம் மதிப்பதில்லை!'

"அழகைக்கூட அப்படித்தானா ?"

"இல்லை!...... ரோமானியரைப் போல் தமிழர் அழகிற்கு அடிமை யாவதில்லை ; அழகை வியப்போம்-வளர்ப்போம்-மதிப்போம் இவ்வளவும் எங்கள் நாகரிக இலக்கணத்திலிருந்து சிறிதும் நழுவாமல் !"

"என் ஆசை வெறும் கனவுதானா ?"

" வருந்துகிறேன். என்னை முன்பே இன் னொருத்திக்கு ஒப்படைத்து விட்டேன் லெஜியா !"

"யார் அந்தக் கொடுத்து வைத்த கோகிலம்?"

"கிள்ளை அவள் பெயர்!"

"அவள் வாழ்க-இதோ என் அன்பின் அடை யாளமாக அவளுக்கு இந்த முத்து மாலையை அணிவிப்பீர்களா ? "

"ஆகட்டும் ! "

அவளை நான் மதிக்கிறேன். அவள் பெரும் பேறு பெற்றவள். கற்புடைய கட்டழகனைப் பெற்ற அந்த நல்லாள் வாழ்ந்திடுக!...... வளவர் கோமானே !.... தங்கள் அன்பு நினைவாக எனக்கு ஏதாவது........

'இதோ... இதயத் தூய்மையை வெளிப்படுத்தும் பரிசு!...இந்த முத்துக் கணையாழியை அணிந்து கொள்.... இது தங்கைக்கு அண்ணன் தரும் அணிகலன்....'

இருபத்து திங்கள் கழிந்தன! ஒரு திங்கள் சோலையிலே வந்ததுவோ எனத் தக்க காட்சி ! கிள்ளை நிற்கின்றாள். இன்பக் கொல்லையிலே அத்தானின் அன்புத் தொல்லையிலே அகப்பட்டுக் களிக்க! முத்தம் பெறுவதற்கு முன்பாகக் கரம் ஏனோ கன்னத்தைத் தடவுகிறது! சத்தம் வரும் திக்கெல்லாம் கண் நோக்குத் தாவுகிறது! எனை மீட்ட வரும் யாழரசன் எங்கே யென்று இதய வீணை தவிக்கிறது! தாபம் தகிக்கிறது! கருகிப் போகும் முன்னாலே பயிர்க்கு மழை போலவே உருகிச் சாகும் உளிபடாச் சிலை முன்பு ஒளித் தமிழன் வந்துவிட்டான். "அத்தான்!" என்றாள். இதழ்ப் போர் முழவின்றி முன் அறிவிப்பின்றி முடிவுமின்றித் தொடங்கிற்று! இடையிடையே சொல் முத்து!

வாணிபம் எவ்வாறென்றாள். மிக வளம் என்றான். "மின் வெட்டுக்காரிகள் யாராவது" இழுத்தாள். "யாருமில்லை" யென்று கூறி, "ஆரம் ஒன்று கொண்டு வந்தேன் அணிந்து கொள்" என எடுத்தான்.

"ஏது இது ?"

"ரோம் நகர வேலைப்பாடு....தமிழ் நாட்டு முத்து!"

"யார் அளித்தார் ?"

"ஒருத்தி தந்தாள் உனக்காக!"

"அவள்?"

"என் தங்கை போல!... ரோம் நாட்டுக்காரி!"

"உண்மைதானா ?'

"உன் மீது ஆணையாக!...ஒளிர்பூங் கொம்பே ; உன் கழுத்தை இங்கு தந்திடு!"

"அத்தான்.... இந்த முத்துக் கணையாழி கண்டீரோ?" எனக் கேட்டாள் கிள்ளை. கண்டுவிட்டு வியப் படைந்தான் மணப்பிள்ளை.

"யாரளித்தார் எனக் கேட்பீர் ; ஒரு தமிழன் உயர் தமிழன் தந்தார் !"

"யார் அந்தத் தமிழன் ?"

"எனக்கு அண்ணன் போல!"

"உண்மையா?"

"ஆமாம் ...... லெஜியாவுக்கு அவர் அண்ணன்"

" லெஜெியா-நீயேதான்!"

"அத்தான்.......நானேதான் லெஜியா !"

"கிள்ளை! முந்நீர் வழக்கம் 'மகடூ உவோ டில்லை' என்பதை மறந்தனையோ ?"

"மறக்கவில்லை. விதிவிலக்கு மட்டும்!"

"சிரித்தான் அவன்....அவள் எனக்கு கழுத்தில் முத்தாரம் அணிவித்தான். அவள் சிரிப்பு முத்தாரம் தந்தாள். பின்னர் இரவெல்லாம் முத் தாரம் தொடுத்தார் இருவருமே!

அலை 2: மயிலிறகு

சைவரே வென்றார் சமணர் தோற்றார் எனப் பாண்டி மண்டிலத்து நீதிமன்றம் தீர்ப்பளிக்க, உடன் அமைச்சன் குலச்சிறை, அன்பே சைவம் எனும் அருளொழுகும் இலக்கணத்தை மேற்கொண்டு, கண்புடைபட்டு நீண்ட கழுத்தறி நிறையில் எண் பெருங்குன்றத்து எண்ணாயிரவர் களையும் ஏற்றிக் களித்து, 'நாயனார்' ஆனான். இக்கொடுமை சூழ் செயலுக்குப் பின்னர் பாண்டிய நாடு வாய் திறக்கப் பயந்து கிடந்தது.

மிச்ச மிருந்த சமணத் துறவிகள் வெளியிற் கிளம்ப அச்சங் கொண்டனர். சமணந் தழுவி, இல்லறமுந் தழுவி நிற்கும் பொது மக்கள் மனந் திறக்க வழியில்லை. குலச்சிறையின் கொடுங்கோல் உரிமைக் குரலுக்குப் பெருந் தடை விதித்தது.

அரசன் எவ்வழியோ அவ்வழியே குடிகளும் ஆகிட வேண்டுமென ஆட்சி ஆணை பிறப்பித்தது. சைவத்துக்கு எதிராகச் சிறு துரும்பும் அசையக் கூடாது-குலச்சிறை கொக்கரித்தான். அரசியும் அப்படியே! பாண்டியனோ கூனனாகிவிட்டான்; கொள்கை பிறழ்ந்தது!

இந்நிலையில் தமிழகம் இருக்கின்ற வேளையில் படை முகத்து வீரனவன்; படைக்கலனைப் பார்வையிலும் பால் நிலவு முகத்தினிலும் பெற்றிருக்கும் பாவை அவள் ! ஆணொருவன் பெண் ணொருத்தி யென்றால் அங்கே காதலுக்குக் கதவு மூடியா இருக்கும்! நலங்கிள்ளி அந்த நல்ல தமிழ் இளைஞனுக்குப் பெற்றோர் இட்ட பெயர்! பேரழகியோ பீலிவளை யென்னும் பெயர் பெற்றாள்! சந்தித்தார்....சிறிது சிந்தித்தார்........ முந்தித் தருவது யார்

முத்தம் எனும் விதத்தில் வளர்ந்து விட்டார். "பந்திப் பார்ப்பனரின் வயிறு போல் பொற்கிழி வேண்டாம் - அந்திச் செவ்வானத்து எழில் காட்டும் கன்னம் தருவேன் அட்டியின்றி! ஆனாலும் அத்தான், குந்திக்குத் தங்கைகளாம் குலக்கணிகையர் மரபினிலே வந் தாலும் மந்தி கை-மாலையாய் மாற மாட்டேன்- இஃதுறுதி" யென்று சொல்லி 'இச்' சென்று பேச்சை முடித்திட்டாள் சித்திரச் செந்தமிழாள் பீலிவளை !

"தேன் துளியால் என் இதழை நனைக்கின்ற திருவே! வான்வெளியில் வட்டமிடுகின்ற நிலவே! கணிகையர் மரபென்றாய்....கண்ணீரால் ஓவியம் கன்னத்தில் தீட்டுகின்றாய்....கலங்காதே! தனிமையில் கிடந்திட்ட எனக்கு இனிமையை வழங்குகின்ற தளிரே! தளிர் மேவும் பனியே! தமிழ் மூச்சே !"

'யாயும் ஞாயும் யாராகியரோ! எந்தையும் நுந்தையும் எம்முறை கேளீர்! யானும் நீயும் எவ்வழி அறிதும்! செம்புலப் பெய்ந்நீர் போல அன்புடை நெஞ்சந்தாங் கலந்தனவே இந்த சங்ககாலத் தமிழ் நெஞ்சங் கொண்டவரே நாம்! அஞ்சாதே! சாவாலும் நமைப் பிரிக்க ஆகாது!' எனச் சொல்லி இதழ் அமுதம் தந்தான், திரும்பப் பெறுகின்ற சுயநல நோக்கோடு!

பூக்காடு தாண்டி, சமணரைச் சாக்காட்டில் தள்ளிவிட்ட கழுமரக் கும்பல் தாண்டி, வேக்காட்டு மனத்தினனாம் குலச்சிறை கோலோச்சும் தலை நகர வீதி வந்தார் கலையழகு காண்பதற்கும், காதல் சுகம் வளர்ப்பதற்கும் !

இடையிலாப் பெண்டிர் தங்கள் நடையிலோர் நாட்டியம் காட்டி, தடையெலாங் கடந்து வந்த வெள்ளம்போல் பாய்ந்து சென்றார், பச்சை விரிக் கின்ற பாண்டிய நாட்டு வீதியிலே!

குடை நிழற் பாண்டியனை வாழ்த்திக் கொண்டு சைவக் கும்பல், படைவீரர் புடைசூழ பவனி வரும் !

சிவ சக்தி சிலையுடனே தேரொன்று சீரோங் கிச் சித்திர வீதியிலே நகர்ந்தபடி யிருக்கும் !

அனைத்தும் கண்டாள். அங்கு என்னை அணைத்த சுகம் இதில் எதிலுமே யில்லை யென்றாள். அவன் மகிழ்ந்து இதழ் குவித்தான்; பிறகு மறந்து விட்டேன் ; "இது வீதி" யென்று மன்னிப்புக் கேட்டுக் கொண்டான். மயக்கம் தெளியாக் காதல் வெறியினிலே தடுமாறி நடக்கின்ற அவர்கள் முன்னே மயில் தோகை பிடித்தவாறு ஒரு கிழவர் சமணத் துறவி வருகின்ற காட்சி கண்டார்.

கால்பட்டு உயிரிழக்கும் எறும்பினங்கள் — அதனாலே மயிலிறகால் கூட்டிச் சென்று அதன் பிறகு நடப்பதுதான் அன்புவழி எனக்கொண்ட சமணப் பெரியார்! பாண்டியத்தில் யார்க்குமில்லா உரத்தோடு தம் கொள்கை பரப்புதற்கு வெளி வந்த வீரர்! பல் இல்லை-ஆனாலும் சொல்லில் தளர்வில்லை! உடலில் காணும் நடுக்கம் உள்ளத்தில் சிறிதுமில்லை ! வாழ்க சமணம்! " என்ற வார்த்தையிலே என்ன அழுத்தம்! "எண்ணாயிரத்தில் சிக்காத கிண்ணாரக் கிழவனடா" என்று வியந்துரைத்தார் வெளியூரில் இருந்து விழாக் காண வந்த பல்லோர்!

ஒரு வீரன் உறுமி வந்தான்! " ஓதிய மரமே! உனக்கு உரிமை யில்லை இங்கு நடக்க !" என்று கிழவர் முன் நின்றான்.

"மயில் தோகை தோகை விரித்தாற்போல் மனம்

படைத்த தமிழகத்தில், நான் நடமாட உரிமையில்லை! எங்கப்பா செல்வது ?" என்றார் பெருங் கிழவர் !

" எங்கோ செல்; எமக்கென்ன ?" எனச் சொன்னான். பதிலை விரும்பாமல் 'பட பட' வென அவர்மீது தாக்குதலைத் தொடுத்து விட்டான். "சமணம் வாழ்க!" எனச் சாகும்வரை சொல்வே னென்று உரத்த குரல் பெற்றார் ! இரத்த வெள்ள மாயிற்று இராச பாட்டை! மயில் தோகை சிதறிற்று.... பெரியவரின் மண்டையும் அவ்வாறே !

சைவம் அகன்றது அதை விட்டு! நலங் கிள்ளி-பீலிவளை நடுக்கமுடன் கிழவரின் அருகே வந்தார்.

"வாழ்க சமணம்!" என்ற உச்சரிப்பை உதடுகளில் பொருத்திக் கொண்டு உயிர் விட்டார், நலங்கிள்ளி மடிமீது அக்கிழவர்!

"உத்தமரே! உயர் தமிழா! உயிர் மதியா ஒளி விளக்கே!" என வாழ்த்த நலங்கிள்ளி நாவசைத்தான். நாலு சைவ வீரர்களை எதிரே கண்டு மூடிக்கொண்டான் தன் வாயை! சிதறியுள்ள மயிலிறகில் ஒன்றை எடுத்து, நடக்கலுற்றான்; நங்கை மடவன்னமும் அவன் பின் தொடர்ந்தாள்.

தொலைவினிலே 'வாழ்க சைவ' மென்னும் பெருங் கூச்சல் கிளம்பக் கேட்டான். அவளுங் கேட்டாள், "ஏனத்தான் ஒரு மாதிரி இருக்கிறீர்?" என்று ! "ஒன்றுமில்லை" என்றுரைத்து, விடை கேட்டான் அவள் வலுவில் தந்த விருந்துக்குப் பின்! "சுவைத்து அருந்தவில்லை நீங்கள் விருந்தை" யென்று காயம்படா தன் கன்னத்தைக் காட்டி நின்றாள். கலையாத திலகத்தைக் காண்பீர் என்றாள். "ஒரு நிலையில் உள்ளமில்லை ; நாளை காண்போம்" என மொழிந்

தெழுந்தான். முழு நிலவால் மோகத்தால் அவனைப் பற்றி, இருங்கள் எனத் தாபத்தை விழியால் சொன்னாள்.

"கள்ளிப் பழத்தின் சிவப்பை வெல்லும் அவள் கனி யுதட்டில் ஊறுகின்ற காதல் ரசம் பருகாமல் நின்றிருந்தான். கண்ணா!" என்றாள். அவன் கண்ணோ அவள் மீதில்லை. கரம் பற்றிச் சாய்ந் தாள் தோள்மீது! "நாளை யாகட்டும்" எனக் கூறி, கையிலுள்ள மயிலிறகை அவள் கரத்தில் தந்து விட்டு ஓடி விட்டான்.

மயிலிறகைப் பார்த்தபடி மன மயக்கம் கொண்ட பெண்ணாள் வீற்றிருந்தாள், அசையாமல்!

ஆயிரமாயிரம் அழகு இழைகள்! இருந்தாலும் அந்த நீலக்கண்ணின் கோலமே கோலம்! வான வில்லினும் அழகு! வைரப் பிறையினும் அழகு! அந்த அழகு மயில் கண்ணிலே அவள் கண்டாள் நலங்கிள்ளியை! அவன் இதழ் அழுந் தும் முகமாகத் தன் முகத்தை அதிலே கண்டாள்! ஈருயிரும் ஒருடலும் எனும் இலக்கணத்தைக் கற்ப னையால் ஓவியந் தீட்டிக் களித்தாள், அந்த மயில் இறகின் நெற்றியிலே!

அவனோ இராச வீதி நிகழ்ச்சியினால் நெஞ்ச திர்ச்சி கொண்டுவிட்டான். "உரிமைக்கு வழியில்லை பாண்டியத்தில்! உள்ளம் சொல்லுகின்ற நினைப்புக்குச் சித்திரம் தீட்டுவது பெருங்குற்றம் ! என்ன கொடுமை! கூன்பாண்டியன் குருடாகி விட்டான் ! குலச்சிறையோ இன்னும் இருவிழிகள் பெற்றுவிட்டான் பாண்டி நாட்டு மண்மீது நெருப்புமிழ! யார் அந்த ஞான சம்பந்தன் ? தேவியிடம் திரு முலைப் பால் குடித்தவனாம்! திமிர் பிடித்தவனாம்! ஏமாற்றிச் சமணர் எண்ணாயிரவரை அழித்ததன்றி எஞ்சியுள்ள பேர்களையும் கொல் வதற்குத் துணிந்த பாவி ! அந்தச் சிறு பார்ப்பான் நம் பெரு

நிலத்தை வளைத்து விட்டான்; சிவன் பேர் சொல்லி ! சக்திதனைக் காட்டி! முதுகிழவர் முத்தமிழர்-அவர் முதுகெலும்பு ஒடியுமட்டும் -மூளை யெல்லாம் சிதறுமட்டும்-அடிப்பதுதான் சைவமோ? அன்புக்கு மடைகோலும் அடியார் கூட்டம் இதுதானோ? மிகக் கொடுமை! மிகக் கொடுமை !! பிள்ளைக் கறி கேட்பார் பள்ளி யறைக்குப் பிறர் மனைவி வருதல் வேண்டு மென்பார்-ஆணை அணங்காக்கி மகவுபெற்று 'ஐயப்பா' என்பார்- அழுக்குமிகு சிவனுக்கு அடியார்கள் ! இவர்கள் வளர்ந்தால் விடியாது நாடு! என் போன்ற இளைஞர்கட்குக் காதல் அல்ல முதல் வேலை-பாண்டியத்தில் உரிமைப் போர் துவங்கு வதே முதன்மைத் தொண்டு ! சாலையிலே சமணர் நடத்தலுமாகாதாம்! சம்பந்தன் வாக்காம்--குலச் சிறையின் சட்டமாம் ! அந்தத் தடை மீற சமணத் துறவிகள் இன்றே குவிய வேண்டும்! அதற்குத் தலைமையேற்க ஒருவன் வேண்டும் ! யார் அந்தத் துணிவுடையான் ? யார் அந்தத் தலைமைச் சிங்கம்? "

நலங்கிள்ளி கேள்வி கேட்டான் விண் ணோக்கி! பாண்டிநாட்டு மண்ணோக்கி !!

பீலிவளையோ பெருவிருந்து அருந்தலாம் இன்றென்று பேரழகை ஆடியிற் சரி பார்த்து, ஆவணி வீதி கடந்து, புரட்டு ஆசி கூறும் புரோகிதர் வாழ் பகுதி தாண்டி, தன் ஐப்பசிக்கு உணவு தேடிக் காத்திருந்தாள் சோலை யோரம்! அவன் மாலை நேரம் போனபின்னும் வர வில்லை. மலர்ப் புதரின் அருகாமை மண்டபத்தில் காத்திருந்த கட்டழகி கண்ணயர்ந்தாள். காளை வந்தான். காதல் உண்டார். பிறகே-கேட்டாள். வெகு நேரம் ஆனது ஏனென்று !

'மனக் குழப்பம் கண்ணே-மன்னித்து விடுக! நீல மிழைத்துப் பச்சை பதித்த தங்கத் தட்டா மயிலிறகில் நீயும் நானும் இருப்பது பார்!' "ஏன் அத்தான்; கொழுகொம்பில் படரு வதால் கொடியென்றார் பெண்ணை யென்பீர்! தோகையென மங்கையரை அழைப்பதற்கு விளக்க மென்ன?"

"மயில்களிலே பெண்ணுக்குத் தோகையில்லை! ஆண் மயிலுக்கு அழகூட்டும் அணி கலனே தோகைதான்! மயிலுக் கென்ன; மனிதருக்கும் தோகைதான் சிறப்பூட்டுதலால், பெண் மணியைத் தோகை என்றார்."

" பெரும் புலமைக் கவிஞரத்தான் நீங்கள்!"

"கவிதையடி கண்ணே நீ!"

'தமிழுத்தான் நீங்கள்! என்னைத் தழுவத்தான் வேண்டும்!"

பேச்சிடையே விழித்துக் கொண்டாள்! வெறுங் கனவு. வீரன் வரவேயில்லை. விடிந்தது பொழுது! வேகமாய் நடந்தாள் அழுது!

செல்லும் வழியிலே சித்திர வீதி! ஆங்கோர் இளைஞன்-அழகு சிகையின்றி—அணிமணிகள் எதுவுமின்றி நடக்கின்றான். அவன் கையில் மட்டும் மயில் தோகை!

வாழ்க சமணம்' எனும் முழக்கம் நாவில்! யார் இவன்? சமணர் வெளிக் கிளம்பலாகா தெனும் சட்டத்தை மீறுகின்ற வீரன்? கிழவன் போனவழி போவதற்கு வருகின்றானோ? அம்ம வோ! அரண்மனைக் காவலர் காணின் - அழிவு தான் இவன் முடிவு! நடுங்கினாள் பீலிவளை அவனைக் கண்டு! நெருங்கினான் அத்துறவி! விழியெல்லாம் இருள் மேவ சுருள் கத்தி சுழல்வதுபோல் சுழன்று வீழ்ந்தாள்! பொக்கை வாய்ச் சமணன்விட்ட

போர்க் கொடியைத் தொடர்ந்து ஏந்த சக்கைகளாம் சைவர் செயல் எதிர்த் தொழிக்க-எழுச்சி பெற்ற பெருவீரன், நலங் கிள்ளி ! அவன் கடந்து விட்டான், தூய காதலினால் மயக்கமுற்ற காரிகையை! எறிந்து விட்டான் இன்ப ஓவியம் தீட்டுகின்ற தூரிகையை !

ஓடி வழி மறைத்தாள். "உயிர் எடுத்துச் செல்லாதே " யென்று !

" உரிமை எடுத்துச் செல்லுதற்கு ஊராளுங் கூட்டம்-திருஞானம் கும்பல் இருக்கும் வரை போராட்டம் நடக்கும் ! இதில் மாறாட்டம் இல்லை யென்பேன் - மனமிருந்தால் காத்திருப்பாய் உயிரிருந்தால் ஒன்றாவோம் ! "

நலங்கிள்ளி பேசிவிட்டு முழங்கிச் சென்றான் 'சமணம் வாழ்க' என்று !

தெருக் கூட்டிச் செல்லுகின்ற தோகையிலே சிந்தியது ஓர் இறகு! எடுத்தாள் எழிலரசி பீலி வளை ! ஒளி காட்டும் கண்ணிரண்டும் குளங் காட்டி மங்கியதால் மயிலிறகில் அவள் உருவம் அவன் வடிவம் இரண்டும் கண்டாள். அதுவும் ஒன்றாய்க் கண்டாள்! நலங்கிள்ளி தனியொரு வன் சைவத்தை எதிர்ப்பதற்கு நடைபோடும் துணிவு கண்டு கண நேரம் காதலையும் மறந் திருந்தாள் !

அலை 3: முத்துமாலை

சோலையிலே தென்றலிலே இன்பம். பின்னர்-சொந்த நாட்டைக் காப்பாற்ற சுழற்றுவேன் வாளை என்று முழங்குகின்ற காளை! மொட்ட விழாப் பருவ மலராயிருக்கும்போதே சுட்டெரிப்பேன் பகையை என்று சுடர் முகந் தூக்கி நின்ற குல விளக்கு ! அவன் கட்டவிழா மேனிதனைக் கரந் தொட்டுத் தழுவியாடக் காத்திருந்தாள் பூவை யெனும் பாவை! தொழில் குலத்துக்கோர் முத்தென்பார் அவனை ! எழிற்சத்து மிகும் கனி யென்பார்-பனி நனைந்த மலரென்பார் அவளை ! இருவருமே ஒருவராய் ஆவதெப்போது? உருவிய வாளைச் சற்று உறையிலே போடுமேயத்தான் - என்று முரசு உறுமுகின்ற களம் நோக்கி, வாள் தூக்கிப் பாய்கின்ற காதலனைத் தடுத்து நின்றாள்.

விடுதலைக்குத் தாவுகின்ற என்னை உந்தன் காதலுக்குக் காவு கொடுக்க எண்ணாதே பெண்ணே ! கெடுதலைக்கு ஆளாகிக் கீழோரால் சீழ் என்று இகழப்பட்ட எந்தன் செந்தமிழர் திரு நாட்டை வாழ்விக்க எழுந்திருக்கும் அணி வகுப்பில் நிற்பேன்-மணிமாடம், கனிப்பேச்சு, வேண்டேன் " என்றான்.

"முற்றிலுமே வெறுத்தீரோ? " என்றாள்.

'பற்றில்லை உன் மீது என்றுரைக்க மாட்டேன் - பாம்புப் புற்றில்லை தென்தமிழர் தோட்டத்தில் என்ற நிலை வரும் வரையில் - கற்றிட முடியாதடி காதல் படிப்பு அவள் துடித்து நின்றாள்.

"இருவருமே போர்க் களத்தில் இணைந்து நிற்போம் — அணைந்து விட்டாலும் அப்படியே ஆகட்டும் இருவருக்கும்; இதற்கென்ன பதில் அத்தான் ?"

இஃதோர் முறை காதலர்கள் கடைப்பிடிப்ப துண்டு! ஆயின் எனக்கது சரிப்பட்டு வராது தங்கம்! களம் புகுந்து வரும் பகையைச் சாடுகின்ற நேரம் - என் உளம் புகுந்த நேரிழையா ளுக்கு யாது நேர்ந்ததோ என ஒருக் கணம் தயங்கும்...... அதற்குள் என் படை மயங்கும்.... வேண்டாமடி பெண்ணே! விடை கொடடி என் கண்ணே!

" மணத்திற்குத்தான் இசைய மறுக்கின்றீர் : மங்கை யென்னை உண்பதற்குப் போட்டு வைத்த இலை போல பூப்படுக்கை உண்டே! அங்கு வாரீர்!'

"பால் சோறு பானையிலே இருக்கட்டும்; என்றாலும் உன்னைப் பசியுண்டு இப்போது பாழாக்கிப் போகமாட்டேன். அட்டியின்றி விடை தருவாய் அன்னமே ! "

"மாம்பழக் கன்னத்தின் அழைப்புக்கும் தடையுண்டா?"

"தடை யுண்டு ! படை கொண்டு செல்கின்ற நான், பிணமாகி விட்டாலும் உனக்கு மணமாகித் தீரவேண்டும் என் அன்பே ! உன்னை எச்சில் படுத்திவிட்டால் எனக்கென்ன லாபம் ? உனக்குத் தான் பெரு நஷ்டம்! "

"முடியாது! ஒரு முத்தம் ஒரு முத்தம் .... ! "

"வேண்டாம்...... திரும்பிய பின் மொத்தமாக!"

" அழவிட்டுப் போகாதீர் அத்தான் ! '

"காலமெல்லாம் மகிழ்ந்திருப்போம்- கவலை விடு !"

" நீங்கள் களவெற்றி பெற்றவுடன் — நான் காதல் வெற்றி பெற்றதாய் மகிழ்வதற்கு இசைவு தாரும் ! "

"அசை வொன்றில் ஆயிரம் வண்ணங்கள் காட்டுகின்ற அழகு மயிலே ! பசையற்ற தென் புலத்தார் திசை கெட்டு வாடுவதை மாற்றியபின் நாம் மாலை மாற்றிக் கொள்வதிலே தடையில்லை; அறிவாய் !"

"வெற்றி பெற்று விரைவில் வாரீர் ! கத்துக்கடல் விளைகின்ற முத்தெடுத்து மாலை தொடுத்து வைக்கின்றேன். எந்தன் தென் பாண்டித் தேவே! நீர் திரும்பும்வரை இங்கேயே நிற்கின்றேன். இல்லையேல், இக்கடற் கரையே எனக் கமைந்த கல்லறையாம்!"

"சிப்பியிலே விளையாத சிரிப்பு முத்து காட்டிடுவாய்! என் சிந்தையிலே உறவாடும் செந் தமிழின் நலம் பாடித் திரும்புகின்றேன் " எனப் பிரிந்தான்-கடற்கரையின் வெண்மணலில் காரி கையைத் தனியே விடுத்து !

அழகு சிப்பிகளால் முத்தளித்து, ஆடும் அலைகளால் உப் பளித்து, உயர்வளிக்கும் பெருங்கடல் நீர், வாய்க் கொப்பளிப்பதற்குப் பயனில்லை என்பதற்காக வெறுப்பாருண்டோ ? அஃதேபோல் நாட்டுக்கு உழைக்கின்ற உத்தமனம் பெருவீரன் தன்னை உடனே தழுவிடவில்லையென்று வெறுக்கவில்லை அந்த வேல் விழியாள் !

விடைபெற்றுப் போன சிங்கம், தலைவனைக் கண்டு பேசி, நிலைதனை அறிந்து தேர்ந்து, நீதிக்குத் தொடுக்கும் யுத்தத் தளபதியாய் நின் றிருந்தான், பெருஞ்சேனை முகப்பதனில் !

நாடழிக்கும் குணக் கேடர்களைக் கூடி யெதிர்ப்பதற்குக் கூவுகின்றான் நல்வீரன். தெரு வெல்லாம் பாசறைகள்! தென்பாண்டி மண்டி லத்தில் பாடி வீடு அமையாத பகுதியில்லை !

போருக்கு நாள் பார்க்க வேண்டியதுதான் பாக்கி! தோளுக்கு நிகரான வாளில்லை ; வேலில்லை எனச் சொல்லித் தொகை தொகையாய்க் குவிந்துவிட்டார் தொல்புவியில் முதன் முதலாய்த் தோன்றி நின்ற தமிழ்க் குலத்தார்! தென்புலத்தார் எழுந்து விட்ட சேதி கேட்டுத் திக்கெல்லாம் திகைப்பு காட்டும்! இன எழுச்சி பெற்ற வெள்ளம் இளைஞரது பட்டாளம்! பாட்டாளிப் படை வரிசை! இத்தனையும் அணி வகுப்பில் சேர்த்துக் கொண்டு " நாள் குறிப்பீர்!" என ஓலை விடுத்தான் தலைமைத் தளபதிக்கு !

தன் வலியும் மாற்றான் வலியும் அறிந்து செயலாற்றுதலே குறள் வகுக்கும் இலக்கணமெனக் கொண்டிருக்கும் தலைவனவன்,

'விரைவில் போர் துவங்கும் - பொறுத்திருங்கள்!' எனப் பதில் இறுத்தான்.

படை கொண்டு செல்லுதற்கு இன்னும் சில நாளே எனக் கண்டு சிந்தை மகிழ்ந்தான் ! அதற்குள் கொடும் விந்தை யொன்று உருவாகும் என யார் கண்டார் ? .....
பாசறைக்குப் பக்கத்தே படை நடத்தும் விதம் பற்றித் தனிமை யிலே நின்று யோசனைக்கு அடிமையானான். அப்போது ஆறேழு நரிக் குணத்தார் அவன்மீது பாய்வதற்கு ஓடி வந்தார். "ஓதிய மிலாறுகளே! ஒன்றுக்கும் பயனற்ற பிறவிகளே ! என்ன வேண்டும் ? " எனக் கேட்டான். “ உந்தன் உயிர் வேண்டும் ! ' எனச் சொன்னார் உருவத்தால் மனிதராய்த் திரிகின்ற நாய்

நரிகள்! " கழுகுக்கும் பருந்துக்கும் இவ்வுடலைக் கொடுப்பதற்கே களம் செல்ல இருக்கின்றேன் அதற் குள்ளே உமக்கு 'முடை என்றால் எடுத்துச் செல்வீர்! ஆயின் ஒன்று ; என்னொருவன் உயிர் பறித்தல் மட்டும்தான் உம்மாலே ஆவதன்றி, நான் வளர்த்த உணர்ச்சிகளை உண்மை வீரர்களை-அழித்துப்போட ஆகாதென அறிவீர்" என்றான். தமிழ் கேட்கும் செவியில்லாப் பாம்பு மனிதர் 'படபட'வென சுற்றிக் கொண்டார். படை வீரன் அங்கங்களை ஆலமரத்து விழுதுபோல் அறுத்தெறிந்தார் ... வாள் தடுக்க எழுந்த கரத்தினிலே விரல்களெல்லாம் 'பொலபொல 'வென உதிர்ந்தன தரையில், மலை பிளக்க வெடி வைத்தது போல். மாவீரன் மண்டையைப் பிளப்பதற்கும் துணிந்து விட்டார் ; தலை நொறுங்கித் தரையில் சாய்ந்தான் ! அத்தை மகள் முத்தமிடத் துடித்த இதழில் அரிவாள் வீச்சு !......... மலர் முகம் புதைத்திருக்க அவள் தேர்ந்தெடுத்த மணி மார்பில் உதிர வெள்ளம்!

ஓடிவிட்டார் உயிர் எடுக்க வந்த கொடியோர்! உத்தமனும் கடைசி மூச்சை நாட்டுக்கே அளித்து விட்டுத் துயில் நீங்காத் தொட்டிலிலே படுத்துக் கொண்டான்.

சித்திரம் சிதைந்தது எனக் கேள்வியுற்றாள். முத்துமாலை கட்டிக்கொண்டு கடல் அலையின் ஓரம் நின்ற கட்டழகி !

மாலைதனை அறுத்து விட்டார் மாபாவிகள்! சேனை தனை நடத்திச் செல்லும் சிங்கம் அங்கம் அறுபட்டுத் துரோகிகளால் துடித்து வீழ்ந்த காட்சி-அம்மவோ; கேட்பதற்கு இத்தனை நாள் வாழ்ந்தேனோ ?

"வெண் மணலில் நின்றிருப்பாய் பெண்ணே! விரைந்து வந்து மணத்திடுவேன் உன்னை ! ' எனச் சொன்ன வாய் மூடிற்றாமே!....கம்பீர நடை போடும் கால்கள் சோர்ந்து

விட்டனவா? கனல் பொழியும் கண்களிலே, எனை மணக்கும்போது குளிர்பொழியும் எனச் சொல்லி வாழ்ந்தேனே ; என் நறுந்தேனே! உன்னைச் சாவுச் சகதியில் ஊற்றி விட்டார்களாமே சண்டாளப் பிறவிகள் ! இனி எனக்கேன் வாழ்வு?" என்றாள். முத்து மாலையைக் கடலில் வீசி எறிந்தாள் அதைத் தொடர்ந்து தானும் அத்தானை நினைத்தவாறு ஆழ்கடலின் அடியிற் சென்றாள்!

அலை 4: மடல்

அன்ப! ஒன்பதாம் மடல் தீட்டுகின்றேன். இன்ப வெள்ளம் என்றென்றும் உண்டென்று கை பிடித்தீர். துன்ப மழை ! சோகத் தொடர் கதை! இதற்குத்தான் பெண் பிறந்தாய் எனக் கூறி விட்டால் எதற்கத்தான் எழுதப் போகிறேன் ! இதய வலி தீர்ப்பதற்கு எப்போது வருகின்றீர்- மருந்து முகத்தோடு எனக் கேட்டால்; விருந்துண்ண அழைக்கும்போது வீண் மதிப்பு ஏனத் தான் காட்ட வேண்டும்! போர் முடிந்து களம் தோய்ந்த குருதியெல்லாம் காய்ந்து பல நாளா யிற்றென்றும்— காக்கை கழுகொன்றும் அங்கு வட்ட மிடுவதில்லை யென்றும் கால் ஒடிந்து திரும்பியிருக்கும் வீரன் சொன்னான். களத்தினிலே உன் காதலன் பெற்ற புகழ் பெரும் புகழ் பெண்ணே !" என்று அவனே சொன்னான். அதையும் கேட்டேன்.

கண்ணேயென்று அழைப்பொன்றும், அது தொடர்ந்து கட்டழகுக் காளை யொன்றும் வீட்டுக்குள் புகுந்து என்னை வேட்டையாடும் வேளை மீண்டும் வாராதோ என இருந்த எனக்கு அச் சேதி தித்திப்புதான்! ஆயின் என்? "எதிரிகளை அழித்துவிட்டுத் தழும்புகளில் உந்தன் இதழ் மூலிகையால் ஒத்தடம் கொடுத்துக்கொள்வேன்!" எனக் கழன்று சென்றீர்!

"வேலெடுத்து வீசும்போது உந்தன் விழி தான் நினைவில் நிற்கும் ! வாளெடுத்துச் சுழற்றும் போது உந்தன் ஒளி வீச்சு! கிளிப் பேச்சு!" விடைபெற்றுப் போவதற்கு வாரி இறைத்தீர் பொய்ம்மைகளை என்ற உண்மை இன்றன்றோ தெரிகிறது! இரவு நேரம் பாசறையில் எப்படித் தான் பொழுது போமோ என ஏங்கி நின்றீர்;

வீங்கிய புயத்தினிலே நான் சாய்ந்து நின்றேன் ! அவர்தானோ நீர் என்று ஐயம் கொல்லுகிறது என்னை! வெள்ளைத் தாழையின் இதழ் பறித்துச் செண்பகப் பூவின் செழுமை நிறை அரும்பைச் செம்பஞ்சுக் குழம்பில் தோய்த்து மடல் எழுதிய மாதவிக்கு மன மொடியும் பதிலொன்றை வாய் மூலம் வசந்தமாலை மூலம் - அனுப்பினானே கோவலன்; அவனுக்கு அண்ணன் அத்தான் நீங்கள்! குமிழம்பூ மூக்கும் குவளை மலர்க் கண்ணும் கொண்டும், கொவ்வைப் பழம் போன்ற வாய் மொழியால் எனை ஏமாற்றிய மாதவியின் கண் கூடுவரியை நானறிவேன் என்று பழித்துரைத் தான்! அதனினும் கொடுமையத்தான் நீங்கள் காட்டும் மௌனம்! வா என்றால் வந்து, போ' என்றால் போகும் நடிப்புமிகும் காண்வரிக் கோலத்தை அந்தக் கணிகையிடம் கண்டிருக்கிறேன் எனக் கற்புமணி மாதவியை இகழ்ந் துரைத்தான்! அவனினும் தீயவரே நீங்களென்று செப்புகின்றேன்; என் சிந்தையற்று இருக் கின்றீர். அதனாலே !

'மாலைப் பொழுதில் காதல் மயக்கத்தால் நான் வாடும்போது மயிற் சாயலும் அன்ன நடையும் காட்டாது மறைத்து, எவற்பெண்ணின் கோலத்தோடு என் எதிரே வரும் மாதவியின் உள்வரியாடலை உணர்வேன் என்று உறுமி நின்ற கோவலனினும் ஒருபடி உயர்ந்தவர் ஏமாற்றுவதில் நீங்களென்பேன், நீண்ட நாள் மறந்து விட்டதால்!

"மேகலை ஆர்ப்ப-சிலம்பு கொஞ்ச-காதல் மிஞ்ச என் முன் வந்து சுருண்டு நின்று, என்னைத் தழுவாமலே போய்விடும் மாதவி கற்ற புறவரி எனக்குத் தெரியும்!" எனப் புகன்ற அந்த வணி கனினும் மேம்பட்ட வஞ்சகர்

நீங்கள், வஞ்சி யெனக்கு ஒரு வரியும் எழுதாத காரணத்தால்!

"ஊடலுக்குச் சொன்ன சொல்லை, உண்மைக் கோபச் சொல் எனக் கொண்டு-கிளர்வரிக் கோலம் புரியும் மாதவி" என வர்ணித்தானே ; அவள் மடல் கண்டு- அவளைவிட அநியாயக்காரர் அத் தான் நீங்கள், என் அவதிக்கு மாற்றுதர விரும்பாத நிலைமையினால்! பிரிந்தபோது வருந்துகின்ற தேர்ச்சி வரியும், பிறரிடம் காதல் பற்றி முறையிடும் காட்சி வரியும், ஆளன் வரவில்லை யென்று உற்றாரிடம் ஆறுதல் பெற விழைந்து ஆற் றொணாத் துயர் காட்டும் எடுத்துக் கோள் வரியும் கற்றிருக்கும் மாதவியை அறிவேன் நன்கு+எனச் சொன்ன கோவலனுக்கு உம்மை உவமை காட்ட முடியாது அத்தான்; ஏனெனில் அவன் மாதவியைக் கூடியவுடன் போய்விடவில்லை... உலக இன்பம் ஒவ்வொன்றும் பயிலுகின்ற கலைக்கூடம் -அங்கு மாதவியும் கோவலனும் மாறி மாறி ஆசிரியத் தொழில் பூண்டார்! நாடக அமைப்பில் உள்ள எட்டு வகை வரிக்கூத்தும் கற்றவள் மாதவி யென்று பழித்துக் கூறும் கோவலனும் அவள ழகைப் பாராட்டத் தவறவில்லை. அத்தனை நாள் ஒன்றாய் இருந்திட்டார்; உம்மைப் போல் ஒரு கிழமை முடிந்தவுடன் வரும் பகையை ஓட்டுதற்கு ஓடவில்லை !

கோவலனாய் ஆகி விட்டீரோ என நான் நினைப்பதற்குள் வந்துவிடுவீர் என்றே இந்த ஒன்பதாம் மடலை இறுதியாக அனுப்புகின்றேன். கயல் எழுதி, வில் எழுதிக், கார் எழுதிக், காமன் செயல் எழுதித் தீர்ந்த முகம் திங்களோ காணீர் என்று சிலம்புத் தமிழிலே சிற்றின்பச் சோலையிலே வார்த்தைகளைச் சிந்துவீரே; ஒரு மடல்

எழுத நேரமின்றிப் போனதோ அத்தான்! போங்களத் தான்; பொல்லாத அத்தான் !

சண்பகம், பச்சிலை, கருமுகை, வெண்பூ, மல்லிகை, செங்கழுநீர்ப் பூக்கள் கொண்டு மாலை கட்டி, அதனுள் மடல் வைத்துக் காதலனுக்கு அனுப்பிய மாதவிக்காவது ஆறுதலுக்கு மழலை மணிமேகலை யிருந்தாள்! எனக்கு யாரத்தான் இருக்கிறார்கள் ; அதுவுந்தான் இல்லையே!

"மன்னுயிர் எல்லாம் மகிழ்துணை புணர்க்கும்
இன்னிள வேனில் இளவர சாளன்;
அந்திப் போதகத்து அரும்பிடர்த் தோன்றிய
திங்கட் செல்வனும் செவ்வியன் அல்லன்;
புணர்ந்த மாக்கள் பொழுது இடைப்படுப்பினும்
தணந்த மாக்கள் தம் துணை மறப்பினும்,
நறும்பூ வாளியின் நல்லுயிர் கோடல்
இறும்பூது அன்று இஃது அறிந்தீமின். "

மாதவி கோவலனுக்கு எழுதிய மடலின் கருத்தே எனக்கும் பொருந்தும்!

கூடி மகிழ்ந்த காதலர் சிறுபொழுது கூடாமல் மறந்தாலும், பிரிந்த காதலர் தம் துணைவியை மறந்தாலும், இளவேனிலும் நிலவும் மென்மலர் அம்புகளால் உயிரைக் கொள்ளும் என்பது புதிய செய்தியல்ல என்பதைத்தான் மாதவி கோவல னுக்கு மடல் வாயிலாகத் தெரியப்படுத்தினாள். நானும் அதையே நினைவு படுத்துகிறேன்.

அன்புக் காதலி

அலை 5: தோழி

கயற்கண்ணி நப்பின்னை! சங்கத் தமிழ் முழங்குகின்ற
தமிழகத்துச் சோலையிலே இரு மயில்கள்!
இணைந்திருந்து இன்பங் கூறுகின்ற இசைக்
குயிலினங்கள் ! மூத்தவள் முத்தெடுத்துக் கோத்ததுபோல்
சிரிப்புக்காரி-முழுநிலவு காட்டுகின்ற முகத்துக்காரி!
மொண்டு தரும் சுவை யனைத்தும் உண்டு களிப்பதற்கு
உலகினிலே யாருக்கு வாய்ப்போ என்று ஊர் பேசும்;
உவகை சிந்தும் பவள இதழ் கண்டு !

கற்கண்டு இன்னொருத்தி வயதினிலே இளைய தோழி!
தங்கம் மேனி....... குணத்தினிலே கொஞ்சம் 'கூனி' !

ஓடையிலே — குளிர் தென்றல் மிதக்கின்ற மேடையிலே
-அருவியோரத்து அழகுக் காவின் வாடையிலே —
அவ்விருவர் ஆடிப்பாடி சோடிப் புள்ளெனவே
பறந்திடுவார் ! காண்போர், தம்மை மறந்திடுவார்!

கிரேக்கத்து எழிலாளும் யவனத்துப் பெரு மகளும் –
தமிழகத்துக் கரையோரம் இவர்களைக் கண்டதனால்
மறுமூச்சு வாங்குதற்கும் மறந்து போனார்-தலை
குனிந்தார்-நிலை குலைந்தார்! ...

தென்னகத்துச் சந்தனத்தை வாங்குதற்கும், மலைப்பாம்பு
-மயில்-மிளகு ஏற்றிச் செல்வதற்கும் -யானைத் தந்தத்தை
நாவாயில் அடுக்கிப் போவதற்கும் வெளிநாட்டு
வாணிபக் கோமான்கள் வரும்போது, கயற்கண்ணி —
நப்பின்னை இரு வரையும் கண்டுவிட்டால்,
"கிரேக்கத்தை, யவனத்தைப் பண்ட மாற்று செய்து
கொள்வோம்; இந்தக் கிள்ளைகளைத் தந்திடுவீர்'' எனக்

கேட் பார் என்று கூறி, கிழட்டுப் பெண்டிரெல்லாம் அவர் தம் அழகுக் கீர்த்தி தன்னை வியந்துரைப் பார்!

வைரம் பதித்திட்ட பவள வாய்ச் செம்புட்கள் தங்குதற்கு இதயக் கூண்டுதனைப் பெற்றிருக்கும் எந்த ஊரோ — என்ன ஆடவர்தான் யாரோ பேரோ - எனப் பேசி வினாக் குறி முகங் காட்டிக் கலைந்தார் அவ்வூரார்!

"கயற்கண்ணி, நப்பின்னை தோழிதானே நப்பின்னை நமதருந் தங்கைதானே - இவள் மூலம் முயன்று பார்த்தால் அந்தத் தித்திக்கும் செந் தேனை யார் கொள்வார் நம்மையன்றி!" என யெண்ணி உழைக்கலானான், மணி வேலன்! மாணிக்கச் சிறபத்தின் அண்ணன். மான், புலி, வேழம் கொல்வதையே தொழிலாய்க் கொண்ட பெரு வீரன்!

நல்ல தருணம் வாய்க்கின்றபோதெல்லாம் கயற்கண்ணி காதினிலே அண்ணனது அழ காற்றல் வலிவை யெல்லாம் அளந்தளந்து சலித்து விட்டாள் நப்பின்னை !

துடிக்கின்ற அண்ணனிடம் ஓர் நாள். "தொட்டவுடன் துவளுகின்ற தோகையல்ல கயற் கண்ணி! முயற்கொம்பே அவளிடத்தில் காதல் எதிர்பார்க்கும் வேலை யென்பேன்! எதற்கும் புலி கொன்று நகம் கொண்டு வருவாய்! ... புலி நகத் தாலிகட்டும் போர்க்குடி மகனுக்கு ஒப்புவாய் என்று அவள் மனத்தை மாற்றுகின்றேன். அதுவும் முழு உறுதி அல்ல அண்ணா!" என மொழிந்து காட்டுக்கு அனுப்பி வைத்தாள்!

ஓர் நிலவுக் காலந் தன்னில் விடி வெள்ளி தோன்றும் மட்டும் தோழிதனைக் காணோமென்று தேடி வந்தாள் நப்பின்னை ! கடற்கரையின் வெண் மணலில் தனி நடந்து வருகின்ற கயற்கண்ணி விழி யெல்லாம் வெண்

சிகப்பாய் இருத்தல் கண்டாள்!.... விளக்க மேதும் தேவை யில்லை ; புரிந்து கொண்டாள் விபரமெல்லாம் !....

"என் அண்ணன் உனக்காகப் புலிநகம் கொண்டு வரப்போனான் இன்னும் வரவில்லை" யென்று சொன்னாள்.

"வரவேண்டாம்; வந்தாலும் எனக்கு அதைத் தர வேண்டாம்-வாழ்க்கைக்குத் துணையொன்றை நாடி விட்டேன்."

-மொழிந்தவாறு கழுத்தினிலே ஆடுகின்ற முத்தாரம் எடுத்து முத்தம் தந்தாள் !....

"முத்து கொடுத்து முத்தம் பெற்றானோ; முட்டாள் நீ ஏமாந்து விட்டாய்! தமிழ் வீரம் காட்டுகின்ற செயல் புரிந்து புலி நகத்தைப் புதுப் பரிசாய்த் தந்து மணம் புரியும் வழக்கத்தை மாற்றி விட்டாய் - மறத்தியல்ல !" எனக் கடிந்தாள்!

புன்னகையைத் தவழவிட்டுக் கயற்கண்ணி, பொன்னுதிரும் வார்த்தைகளால் பதில் சொன் னாள்!....

"அடி தோழி! அவசரப்படாதே! ஒளி முத்து என்கின்ற உயர் வீரன்-உத்தமன் !.... என் உள்ளங் கவர்ந்தான் - மறத்தி நான்-அதனால் மாவீரா.... புலி நகம் பரிசாக வேண்டுமென்றேன்!

புதுவகைப் பரிசு தருவேன் என்றான் - முத்தெடுத்து அளித்திட்டான் என்னையும் சேர்த்தெடுத்து அணைத்திட்டான்!"

கடையினிலே ஒரு முத்தை ஒளிமுத்து வாங்கித் தருவதற்கும் காட்டகத்தில் புலி வேட்டை ஆடுதற்கும் வித்தியாசம் நிரம்ப இருக்குதடி தோழி! "

கடையினிலே அல்ல; எண் கண் எதிரே கடல் நடுவே குதித்தான்... பின்னர் முத்துச் சிப்பிகளோடு உதித்தான்!

"இதோ, நானுந்தான் நேற்றிரவு வாழ்வுக்குத் துணை கண்டேன் !.... புலி வேட்டைப் புலியொருவன்.... நம்பியெனும் நல்லோன் நகமொன்று பரிசளித்தான். நான் அவனுக்கானேன்!"

"பரிசுக்கும் பாராட்டும் வீரத்துக்கு மட்டும் பாவையர்கள் பறிகொடுக்க வேண்டுமோ உள்ளம்! .....பண்போடு- அழகோடு - பராக்கிரமத்தோடு- மணவாளன் வருவதிலே மரபுக்கு மாசு வருமோ பெண்ணே! கடையினிலே முத்தெடுத்து வந்தார் என்கின்றாய் என் கணவன்; காட்டினிலே புலி கொன்று வந்தான் உன் கணவன் என்று யார் கண்டார்?"

"நம்பிக்கையில்லை யென்னாதே! நம்பி அவர் பெயர்! "

"இந்த மலருக்குத் தும்பி ! அதனால் புகழ்ச்சியுரை!"

"வார்த்தை நீள வேண்டாம்- வாழ்த்துகின்றேன்- வருகின்றேன்-என் வீரர் காத்திருப்பார்!"

நப்பின்னை நன்முகம் கோணிப் போய் விட் டாள் அதை விட்டு !

"பித்துப் பெண் ! இவள் அண்ணன் இரு புலியை ஒன்றாய்க் கொல்வான்-ஆயின் என்? அவன் பண்பு பரத்தை வீட்டில் கேட்டால் தெரியும்!... -- முணுமுணுத்துச் சென்றாள் கயற் கண்ணி !

அண்ணனுக்குக் கயற்கண்ணி வாய்க்கவில்லை யென்கிற சீற்றமுடன் வீடுவந்த நப்பின்னை, மணிவேலன் மனமுடைந்து இருப்பதையும் கண்டு விட்டாள். மன்னிப்புக் கேட்டு நின்றாள்.

"இனியென்ன போகட்டும்; இலவு காத்த கிளியானேன்" எனச் சொல்லி எழுந்து சென்றான் மணிவேலன் !

"என்ன அண்ணா எனக்கோர் துணைவன் தேடிவிட்டேன்!.... இதோ பார். அவன் கொன்ற புலி நகம்!" எனத் தந்தாள்...ஆரமுடன்! ....

"யார் அவன்?" என்றான் ஆசையுடன் !....

"நம்பி!" என்றாள்.

"அவனா ?....அவன் கொன்றானா புலியை ?... நான் கயற்கண்ணிக்காகக் கொன்ற புலியின் நகத்தையன்றோ நம்பிக்குக் கொடுத்தேன்; அவன் மணச்சேதி கேட்ட பிறகு" -எனச் சொல்லிச் சிரித்தான் மணிவேலன்!...

வீரனை மணந்ததாய் எண்ணியிருந்த அத் தோழி, வீழ்ந்து விட்டாள் பூமி தன்னில் மூர்ச் சித்து! ...

ஆரியனாம் அந்த நம்பி என்ற சேதி அதன் பிறகு கேள்விப்பட்டாள் ; ஆவிதனைக் கடலுக்கு அர்ப்பணித்தாள்! மறத்தியானாள்!

அலை 6: மருதாணி

நகை நட்டு ஏதுமின்றி எழில் சொட்டும் பருவத்தாள். புகையொத்த கொடிபோல நெளிந் தாடும் உருவத்தாள். இடையோ ஒரு பிடிக்குங் காணாத இளம்பிடி! இதழ்களிலோ தேன் ஒரு படி!.... இல்லை இவளுக்குக் குறையெனும் புகழ் பெற்ற முல்லை. பேச்சிலோ கிள்ளை ! ... அவளை விடுமோ காதல் தொல்லை !

அமுதம் உண்ணப் பிறந்தவன் ஒருவன்... அவன் பேர் மருதன். குமுதம் சிரித்திடக் கோல நிலவென வந்திடும் குமரன். "வேலெடுத்தால் உந்தன் விழி நினைவு வாட்டுதடி ; வாளெடுத்தால் முத்துப் பற்கள் ஒளி தலைகாட்டுதடி; வேழம் ஏறி விட்டால் மத்தகந்தான் மெத்த தொல்லை அளிக்கு தடி!" எனக் கொஞ்சிப் பஞ்சணையில் அஞ்சு கத்தைப் புலன் மாற்றிப் போடுகின்ற பொல்லாக் காளை! போர் முகத்துப் பெருவீரன்! தானைத் தலைவன்!

அவன் ஒரு நாள் பகைப்புலத்தினை அழிப்பதற்கு அரசின் ஆணை காதல் அரசி யாணை பெற்றுச் சென்றோன், பத்து கிழமை சென்ற பின்பும் வந்தானில்லை. பசலை நிறம் படர்ந்த தாலே பாவை வாட, பருவ மெய்த நாள் நோக்கும் தோழிக் கூட்டம் கேலி பாட"தருணமிதே, தாகந் தீர்க்க வருவி " ரென்றே அவளும் ஓடி, நிழல் கண்டு ஏமாந்து-ஏங்கி நின்றாள்.

ஆலையிட்ட கரும்பாக ஆன மனம் தேறுதற்கு மாலையிட்ட கண்ணாளன் வரைந்த ஓலை மட்டும் கிட்டியது அவள் கையில் !... அதில்,

'குளிர் தருவே! பனிமலரே! வெற்றியுடன் திரும்புகின்றேன். கொற்றவனைக் காணுதற்கு முன்பாகக் கொவ்வைக் கனி கொத்துதற்கு வருகின்றேன்.

எனக் கண்ட எழுத்தெல்லாம் நனைந்தன முத்தம் பெற்று! ... உயர்வான நெஞ்சகத்தில் ஒட்டிக்கொண்ட ஓலைக்கு ஊமைக் குணம் இல்லை யேல்... ஓராயிரம் கதை சொல்லும் உவமை காட்டி!

தோழிகள் வந்தனர். கோழிபோல் குடிலுக் குள் அடைகாக்க வேண்டாம்; காலையில் ஆடிப் பெருக்கிற்கு ஆற்றினிலே விழா எடுக்க வருவாய் என்றனர். காலையில்தான் அவர் வருவார் ! ஆடிப் பெருக்கிலும் அன்பைப் பெருக்குபவர் என்றாள் முல்லை. அட கிறுக்கே! ஆளன் எப் போதும் இருப்பான்; ஆடிப் பெருக்கு ஆண்டுக்கு ஒருமுறைதான் " எனக் கூறிக் காவிரியை வாழ்த் துகின்ற கவிதை யொன்றை இசை கூட்டிப் பொழியலானார். பாட்டியொருத்தி பவளம் என் பாள்; அவள் நீட்டி முழக்கிக் கூறலுற்றாள் ; ஆடிப் பெருக்கிற்குத் தடையின்றிப்போகவேண்டு மென்ற அறிவுரையை !.... முல்லையும் வருவேன் என்றாள்...... அனைவருமே அடுத்த கொல்லையிற் சென்று மருதாணி இலை பறிக்கப் பறந்துவிட்டார்.

கிள்ளி வந்த மருதாணிக் கொழுந்துகளை அள்ளிவைத்து, அறைத்தெடுத்து, அம்மாவின் துணையோடு, அழகான கைகளிலும், அந்தமிகு தந்தக் கால்களின் நுனிகளிலும் தடவிக் கொண் டாள். உள்ளங் கைதனிலே உதய சூரியன்போல் மருதாணி! வீணை மீட்டும் விரல்களிலே..... குறி பதிக்கும் நகங்களிலே.... மருதாணி ! கண்ணகியின் சிலம்புபோல் காலினிலே மருதாணி! இங் கெல்லாம் இட்டுக் கொண்டு மருதாணி இடாமலே சிவந்து நிற்கும் கன்னத்தில் இனமறியா வெட்கந்

தேக்கிப் படுத்துக் கொண்டாள். இரவெல்லாம் மருதாணி ஈரம் காய்ந்து காலையிலே உதிர்ந்து விட்டால்....

-புது எழிலோடு வரவேற்போம்; போர் முடிந்து வருகின்ற காதலனை... என நினைத்து மகிழ்ந்து கொண்டாள்.

உறங்காமல், ஒரு புறமும் அசையாமல், மரு தாணி கலையாமல் படுத்திருக்கும் அவள் காதில் மருதன் அழைக்கின்ற குரல் கேட்க எழுந்து நின்றாள்; அவன் எதிரே நின்றான். அசைவற்றாள். பாய்ந்து வந்து தழுவிடுவாய்; படைமுகத்துச் சேதியொன்றும் சொல்லுதற்கு வழியின்றி வாய் மூடி இதழ் பதிப்பாய் என நினைந்து ஓடி வந்தேன்; ஏன் முல்லை தயக்க"மென்றான், காதல் மயக்கத்தால் சுழலுகின்ற மனமுடையோன்.

"காலையிலே வருவீர் என்று மருதாணி பூசிக் கொண்டேன் — ஓலையிலே விபரம் இல்லை... ஓடி வந்து தழுவிக்கொண்டால்; மருதாணி கலைந்து விடும்-ஊர் முழுதும் தோழிகள், நாளைக் காலை முதல் நமைப்பற்றித் தம்பட்டம் போட்டிடுவார்; அதனால்தான் தயங்குகிறேன் ; தழுவாமல் இதழ் குவிப்போம் இப்போதென்றாள்." தடையா சொல் வான். முத்தமிட்டுத் தனியாக முற்றத்திலே படுத்துக் கொண்டான். கலையாத மருதாணி கலங்கி நின்ற இளம் நெஞ்சம் - இந்நிலையில் உறங்காமல், புரளாமல், விடி வெள்ளி வருவதெப் போதென எண்ணி விண்ணோக்கி வீழ்ந்திருந் தாள், விழியழகி முல்லைப் பெண்ணாள். ஓரிரவு போயின் என்ன ; நாளை உண்டு - என்னருகே அந்தக் காளையுண்டு - இனி நாளெல்லாம் தேன் மொள்ளும் இன்பமுண்டு எனச் சொன்னாள், அழுகின்ற இதயத்துக்கு ஆறுதலாய் ஒரு வார்த்தை!

விடிந்தது பொழுது- வெண் சக்கரக் குடை யானைக் காணுதற்கும், வெற்றிச்சேதி கூறுதற்கும் காதலிபால் விடைபெற்று வேந்தனது தலைநகரம் பயணப்பட்டான் வீரர் தலைவன், வெள்ளி நிலவு முளைப்பதற்குள் வருவதாக வாக்களித்து. மரு தாணி உலர்ந்ததாலே... உதிர்த்து விட்டு அழ கான கைகளையும், கால்களையும் மாறிமாறிப் பார்த்துக்கொண்டாள் மங்கை நல்லாள். செங் கோடு - சிலம்புக்கோடு-சித்திரக்கோடு — இவை களோடு-பத்தரை மாற்றுத் தங்கமேனி பொலிவு சிந்தப் புறப்பட்டாள் ஆறு நோக்கித் தோழி களுடன் !.....விழா எடுத்தனர்—ஆடினர்! பாடினர்! ....விரிந்த பகல் இரவாய்ச் சுருங்குவதெப்போ தென விழைந்தனள் முல்லை!

இருண்டது உலகம் - ஒளி பெற்றது அவள் உள்ளம்!.... வெள்ளி நிலவே வாராயோ என்றாள்; அதுவும் வந்தது... "அவரெங்கே...வந்தவுடன் அணைத்து மகிழ்வதற்குத் தடையில்லை ; மருதாணி இலையில்லை; ஈரமில்லை.... அது தந்த எழிலுண்டு கையில் ! .... இன்ப விருந்துண்டு இரவெல்லாம் கழிப்போம்...."

முல்லை பாடினாள் நிலவு நோக்கி....... புரவி யொன்று வேகமாகத் தலைவாயில் பக்கம் வருவது கண்டாள். அவரேயென்று கூவினாள். ஆவி நிகர் ஆளனுக்குப் பதிலாக அவன் தந்த ஓலை கொண்டு தூதன் வந்தான். அதில்;

" தமிழே! தண்பொழிலே !........ கடாரத்தில் படையெடுப்பு! கடல் கடந்து செல்லுகின்றேன். உடல் மெலிந்து வாடாதே...ஓராண்டில் திரும்பு கின்றேன்

-என்ற எழுத்துக்களை நனைத்தாள் கண்ணீ ரால்!... கட்டிலிலே குப்புற வீழ்ந்துவிட்டாள் .... வீணாக்கி விட்டேனே நேற்றிரவை... விரலுக்கும் காலுக்கும் அழகு

தேவையென்று விருந்துண்ண மறுத்தேனே இனி ஓராண்டு யாருக்கு அழகு காட்ட இந்த மருதாணி தேவையென்று... கசக்கிக் கொண்டாள், கைகளையும் கால்களையும்!....

இதுபோல நேற்றிரவே ஈர மருதாணியைக் கலைத்திருந்தால் அது கலைந்திருக்கும்...... கலவி நடந்திருக்கும். இன்று கலையுமோ ? .... கலையவில்லை!... 'ஓராண்டு!' எனச் சொல்லிக்கொட்டி விட்டாள் மழைக் கண்ணீர்!....அப்போது 'கலகல' சிரிப்புக் கேட்டு மளமள என எழுந்தாள்

எதிரே மருதன் நின்றான்....ஏனத்தான் அழவிட்டீர் எனக்கேட்டபடி அணைத்துக்கொண்டாள்! கடாரம் போவதுண்டோ எனக் கதறியழும் பாவை நோக்கி; "மருதன் பெரிதோ மருதாணி பெரிதோ ?........ இதற்கு விடை தேவை" எனச் சிரித்தான் வீரர் குலத்தான்.

"மன்னிப்பீர்; கலைகின்ற வண்ணக்கோடு மருதாணி கலையாத சித்திரந்தான் தாங்கள் எனக்கு "

எனச் சொல்லி விம்மிவிட்டாள் -விம்முகின்ற வடிவழகில் மனம் பறிகொடுத்து முத்தம் பதித்து விட்டான் கணக்கின்றி! முல்லை மணம் குடிலெங்கும் கமழ்ந்தது ! காதல் வாழ்ந்தது!

அலை 7: அருவி

நீலமுகில் திரளை - கோல மயில் உருவை - சோலை எழிலை - பாலை மணற்பரப்பைத் தூரிகையால் படைக்கின்ற ஓவியன்!

அணிதேர்ப் புரவி - மணிமுடி மன்னன் - ஆடலழகி - ஊடும் பாவை - அவள் கை வண் ணம் காட்டுகின்ற சித்திரங்கள்!

ஆடை நெய்வோன் - பானை தருவோன்- கூடை முடைவோன் -குமுறும் நெஞ்சினன். ஏழை மனிதன் - இவை யெல்லாம் அவன் எண்ணத்தை எதிரொலிக்கும் ஓவியங்கள்!

அரசியலார் - அறிஞர் மன்றம் - கலைஞர் குழுக்கள் — அனைத்திலுமே அவனுக்குச் சிறப் புண்டு! அவனைப்போல் ஓவியனை எதிர் நிறுத்த யாராலும் ஆகாதென்று; ஆதவனும் ஒருவன் தான் ; இந்த ஓவியனும் ஒருவன்தான்'' எனச் சொல்லி மகிழ்ந்திருந்தார். ஆண்டுதோறும் தங் கத்தால் சட்டமிட்டு, வைரத்தால் வாழ்த்தெழுதி மன்னவனும் பாராட்டுப் பரிசளிப்பான்! கொடுத் திட்ட பரிசுதனை அடுத்து வந்து மன்னன் பார்க் கவா விரும்புவான் என்று படை எடுத்திட்ட ஏழைகள்பால் வழங்கிடுவான்; வைரத்தைத் தங் கத்தைப் பங்கு செய்து!

முத்தமிழர் ஆட்சியெனில் ஏழைகளின் முறையீடு - குறைபாடு இல்லாது இருந்திருக் கும்; எவனோ பல்லவப் பெருமன்னன் ; கலையிலே வல்லவன் எனப் பெயர் பெற்றோன் ஆளுகின்ற காலமது!

குறையில்லாச் சித்திரங்கள் குவிக்கின்ற தமிழ னுக்கு ஓர் குறையுண்டு!

மலை தழுவி மேகம் மயங்கி யிருத்தல் போல் வரைகின்ற நேரத்தில் - தன் தோள் தழுவி யொருத்திப் பின்னின்று சுவைத்திட்டால் – அந்த இன்பம் கிடைத்திட்டால் – என எண்ணி ஏக்கத் தால் சுழலுகின்ற ஆடவனின் உருவங்கள் ஆயி ரம் வகை தீட்டிவிட்டான்!

இரு புறா ஒன்றையொன்று மரக்கிளையில் நெருங்குதல் போல் எழுதுகோல் அசைகின்ற தருணத்தில் — அவன் இதழ் நெருங்கும் இத ழொன்று இல்லையே எனக் குறைபட்டான்!

காட்டாற்றின் வேகத்தை எழுதிவிட்டான் வண்ணத்தால்! எண்ணத்தை உலுக்குகின்ற வேகம் காட்டும் காதலாற்றை வரைவதென்றால் கவிஞருண்டோ?

விலை போட்டுக் கலைப் படைப்பை வாங்கு தற்குப் பெண்ணொருத்தி வந்துவிட்டாள் ஒரு நாள்!

திருநாள் இதுவென்று மகிழ்ந்திட்டான்! பேச்சிடையே காதல் வலை போட்டாள்! இலை போட்டு அழைத்த பின்னர் உணவருந்தப் பசி காரன் தடையா சொல்வான் ? துணைவர்களாய் விடுவோமென்று துணிந்திட்டார். சித்திரத்தில் சிந்தை தந்தேன் எனச் சொன்னாள் பெண் ணழகு! இத்தினத்தில் இன்பம் பெற்றேன் எனச் சொன்னான், அன்னவனும்!

ஓவியம் வாங்க வந்தேன்; உயிர் ஓவியம் பெற்றுவிட்டேன் ஒன்பது நாள் கழித்துத் திரும்ப வருகின்றேன் ; ஒப்புதலைப் பெற்றோரிடம் பெற்றுவிட்டால் உந்தன் தோள் தழுவிக் கிடப்பதற்கு

அட்டியில்லை எனச் சொன்னாள். அருவி யோரம் மகிழ்ந்திருப்போம் வா என்றான்; சம்மதித்தாள்.

வெண் மேகக் குழு சரிவதுபோல் வீழ்கின்ற அருவி, கொக்கு நிறக் கூந்தல் தனை உவமை காட்டும் பேரழகைச் சுவைத்தவாறு சுவைத் திருந்தார்!

"அத்தான்" என்றாள்; "ஏன்" என்றான்! "அடியாள் அருவிதனில் குளித்துவிட்டு ஆடை யெல்லாம் நனைந்திருக்க அமர்ந்திருக்கும் விதத் தினிலே படமொன்று எழுதுவீரா ?" எனக் கேட் டாள். அப் படமே திருமணப் பரிசு என்றான், முத்தமிட்ட இதழ் திறந்து ! போய்விட்டாள்; அந் தப் பொழுதெல்லாம் இன்பம் நல்கிவிட்டு ! ....

இன்பவல்லி அருவியிலே நீராடி அமர்ந் திருக்கும் காட்சிதனைத் தீட்டுதற்குக் கோல் எடுத்தான். பால் வகுத்துக் குறள் வகுத்த வள் ளுவனும் காணாத பேரழகைப் பெண்வடிவில் கண்டுவிட்டோம் எனக் களித்து எழுதலுற்றான் !

விழியழகை - விதவிதக் கதைபேசும் வித மாகச் சித்தரித்தான்! இதழ்ப் பொலிவைத் தீட் டும் போது தூரிகைக்கு முத்தம் தந்தான்! நீராடி அமர்ந்திருக்கும் படமன்றோ; மேலாடை மட்டும் தான் உண்டு; அதனாலே இளமைதனைக் காட்டுகின்ற உடலெடுப்பை அழகாக வரைந்துவிட்டு மயங்கிவிட்டான்! போட்டியிட்டுத் தோற்றதாலே தலைகுனிந்த விதமாகப் பொற்குட மொன்றை அவள் கையினிலே தந்தான்! பரிமளத் தூள் பெட்டி யொன்று வலக் கையில் ! எ எழுதி முடித்துவிட்டுத் தொழுது நின்றிருந்தான்; காதல் வரும் திக்கு நோக்கி !

...ஒன்பது நாள் ஆனதாலே வந்துவிட்டாள். ஓடோடி அணைத்துக்கொண்டான். 'நீராடி அமர்ந் திருக்கும் சித்திரம் தயார்' என்றான். பெற்றோரும் சம்மதித்தார் எனச் சொன்னாள். பேரின்பம் இது வன்றோ எனச் சொல்லிப் பூரித்தார். ஓவியத் தைக் காண்பதற்கு ஓய்வு பெற்றுக் கலைக்கூடத் துள் நுழைந்தார். தன்னைப்போல் அணுவள வும் வேறுபாடின்றிப் பொன்னைப்போல் இருக் கின்ற மேனியையும் எழுதிக் காட்டிப் பொற் குடத்தைப் போட்டிக்கு நிறுத்தி வைத்துத் தீட் டியுள்ள சித்திரத்தை வியந்தாள்! மகிழ்ந்தாள் ! அவ்விடமே இருவருமே ஒருவராய்த் தழுவிக் கொண்டார்.

திடுமெனக் குறும்புச் சிரிப்பொன்றை உதிர்த்துவிட்டு, "தோற்றுவிட்டீர் அத்தான், இந்தத் தோகையிடம் !" என்றாள்; திகைத்து விட்டான்!

"நீராடி எழுந்துவந்து நனைந்துபோன கூந்தலுடன் பாறையினில் அமர்ந்திருக்கும் பெண்ணுக்கு நெற்றியிலே குங்குமத் திலகம் ஏதத்தான்?" எனக் கேட்டு நகைத்துவிட்டாள்!

தழுவி நின்ற பிடியை விட்டு ஓவியனும் நழுவி விட்டான் பின்தொடர்ந்தாள்........ காணவில்லை..... நெடுந் தொலைவு தேடிச் சென் றாள். பின்னர் கலைக்கூடம் திரும்பி வந்தாள் கலைக்கூடம் இருந்த இடம் தீக்காடாய் இருத்தல் கண்டாள் ! ஓவியனைக் காணாமல் குரலெடுத்துக் கூவி அழுதாள்; ஓடிச் சென்று அருவியோரம் நின்று பார்த்தாள்..

அருவியிலே மனித உருவொன்று மிதத்தல் போல் தெரிந்ததாலே குதித்துவிட்டாள்... அவனேதான் பிணமாக மாறிவிட்டான்! மணநாளைக் குறித்துவந்த மங்கை நல்லாள் அவனோடு சேர்ந்துகொண்டாள்!

குளிக்கையிலே கோதையின் குங்குமத்தை அழிக்காதோ அருவி நீர் எனக் கேட்டாள் அப்போது! இருவர் உயிர் அழித்துவிடும் அருவிநீர் எனத் தெரிந்தால் கேட்டிருக்க மாட்டாள் !....

அலை 8: முறம்

வேட்டையாடி வீடுவந்த வேழன், விழி நீலம் காட்டுகின்ற பாவை, விரைந்து வந்து தழு வாததாலே- வெகுண்டெழுந்து அடுக்களைக்குச் சென்றான்.

"புளி உடைத்துக் கொண்டிருந்ததாலே தழுவ வில்லை. புகையாதீர் அத்தான்!" எனப் புன்னகையால் கொன்று புது முத்தம் தந்தாள்.

தனிச் சுவையால் தணல் அணைந்து போகக் கனிச் சுவையைக் கண்டவாறு பேசலானான் வேழன்.

புளி உடைப்பதென்ன : உளியெடுத்து மலை பிளக்கும் திறமோ; அன்றிப் புதரிடையே- குகை நடுவே உயிர்மறந்து புலி கொல்லும் மற மோ ? எனக் கேட்ட ஆளனிடம் பாவை; புலிகொல்லல் மறமென்று யார் சொன்னார் அத்தான்! கிலிகொண்டு உம்போல ஆண்கள் எல்லாம் வில்கொண்டு, வேல் கொண்டு அடக்கு கின்ற புலியொன்றை என்போலப் பெண்ணொ ருத்தி முறத்தினாலே துரத்தினாள்; அறிவீரோ ?" என்றாள்.

புறமென்றும் அகமென்றும் புகழ் மண்டும் இலக்கியங்கள் தமிழனுக்குச் சொந்தம் முற மொன்று படையாகுமென்று முரட்டுப் புலி யொன்றைத் தமிழச்சி விரட்டியதும் உண்டு. அது அந்நாள் பெண்ணே ! இந்நாள் உன்னால் ஆகாது கண்ணே !

“ ஏறு தழுவுகின்ற என் அத்தான் ! சோறு வடிப்பதற்கே பெண்கள் என்ற இழிமொழியை அகற்றுகின்றேன்!

"ஈட்டியின்றி, தீட்டிய வாளின்றி ஓட்டுகின்றேன் பழ முறத்தால் ஒரு புலியை! "

"புலியென்றால் புளியம்பழம் அல்ல பாவாய்!" "தெரியும் இந்தப் பழத்தைவிட பலவீன மான உயிர் ! "

"நெருப்புமிழும் கண்கள்! நெஞ்சு கலக் கும் பாய்ச்சல்! "

'பயமுறுத்த வேண்டாம்-பாவை, தமிழச்சி!'

"பார்ப்போம் அதையும்"

ஒரு நாள்-இப் போது சேர்ப்போம் ஈரிதழ் ஓரிதழாய் என்றான். "கட்டி வெல்லம் தின்பதற்கு அட்டி யுண்டோ ? சட்டியிலே புளிக் குழம்பு கொதித்த பின்னர் இறக்கிவிட்டு-ஆகட்டும்! " என்றாள்.

" புளிக் குழம்போ ? புலிக் குளம்போ ? ' என்றான்.

புலிக்குக் குளம்புண்டோ ; நீங்கள் புலி வேட்டை ஆடியதன் அழகு இது தானோ? எனச் சிரித்தாள் பாவை. வேழன் வெளி நடந்தான்

அடுப்பினிலே கொதித்து விட்ட புளிக் குழம்பை இறக்கிவிட்டு அத்தானின் கன்னத்தில் இதழ் பதித்து விளையாட ஆயத்தம் செய்திருந்த பாவையின் காதினிலே " அய்யகோ, புலி " என்ற அவல ஒலி !

திறங் காட்ட, போர்க் குணங் காட்ட நேரம் வந்ததென்று முறமெடுத்தாள்! தனக்கொரு இலக்கியம் தமிழகம் படைக்கட்டுமென்று இடைக் கச்சு மேற்கச்சு இறுக்கிக் கட்டி ஒலி வந்த திக்கு நோக்கி ஓடினாள் பாவை!

போர்க்களத்து வீர நடை போடுகின்ற பாவை மீது, வைக்கோற் போர் மேலே படுத்துக்கொண்டு

புலியொன்று பாய்ச்சல் காட்ட, "ஆரிங்கே, என் அத்தானெங்கே ?" எனக் கேட்டவாறு முற மோங்கி எதிர் நின்றாள் புலியின் முன்னே !

பாவைமீது பாய்வதற்கு எழுந்த புலி, பதுங்கிக்கொண்டு பயமுறுத்தும் வாய் திறந்து உறு மியது! எங்கிருந்தோ ஒரு குரல் புலம்பிற்று :

"என்னருமைப் பெண் பாவாய்! என்னைப் புலி விழுங்கியது! "

"என்னத்தான் சொல்லுகின்றீர்? விழுங்கியதா? ஆயின் எங்கிருந்து அழுகின்றீர்?" முறமோங்கி நிற்கின்ற பெண்ணழகு கண் கலங்க அலறி விட்டாள்.

"புலியின் வயிற்றுக்குள் இருக்கின்றேன் ; அரை உயிராய்; கால் உயிராய்; அழிவோடு இணைகின்றேன். அய்யகோ, எனைத் தின்ற புலியாலே நடப்பதற்கும் இயலவில்லை ; எனக்கோ இனி நாக்கு அழைப்பதற்கும் வலுவில்லை ; அதனாலே சாகின்றேன்; இறுதி முத்தம் ! '

"பாழும் புலியே! பாவை எந்தன் உயிர் போல இருந்திட்ட பாசமிகு அத்தானைக் கொன்று விட்டாய் ! இரை தின்ற கருநாகம் போலே அசையாமல் கிடக்கின்றாய்.... உன்னைப் பழி வாங்கிவிட்டு யானும் எந்தன் பதியோடு செல்கின்றேன். வைக்கோற் போரோடு சேர்த்து உனைத் தீ வைக்கின்றேன் ! " என வெகுண்டு வெந்தழல் பற்றி எரிகின்ற பந்தமொன்று கொண்டு வந்தாள். வைக்கோற் போர் மீது நெருப்பிட்டாள். அக்கணமே, போர் மேலே அவள் கணவன் வேழன் குதித்தோடி வந்திட் டான். அவன் கையில் புலித்தோலும் பார்த்திட்ட பாவை தலை குனிந்திட்டாள்.

" பழ முறத்தால் நீ அடிக்க வந்த புலி பார்த்தாயோ ? '
எனப் புலித் தோலை விரித்தான்.

" உமது கேலி புரிந்துதானே தீயின் துணை நாடினேன்"
என்றாள் பாவை.

இருவருமே சிரித்த பின்னர்.... சிங்காரவனம் போகத்
திட்டமிட்டு நடக்கலானார். சிந்தை யணு சிலிர்த்திடவே
இரவெல்லாம் ஆங்கு கழிப்போ மெனப் புறப்பட்டார்.
புறப்பட்ட சமயத்தில் குறுக்கிட்டது பூனையொன்று.

"சகுனம்" சரியில்லை யெனப் பயந்து நின்றாள் பாவை.

புலியடிக்க முறமெடுத்த தமிழச்சீ ! ....பூனை
எதிர்ப்பட்டதென்று நெஞ்சு நடுங்குகின்றாய்.... வீரத்
திருவிளக்கே! கலங்காதே; வா என்றான்.

" வீரத்தை வெல்வதன்றோ சாத்திரம் " என்றாள்.

"சாத்திரத்தை வெல்வதற்கும் ஒன்றுண்டு ; அதன் பேர்
அறிவு" என்றான்.

"அதைப் பெறுவ தெவ்வாறு ?" என முத்த மிட்டாள்.

"புலி துறத்த முறமெடுத்து வந்தாயே; அம் முறத்தால்
மூடப் பதர்களைப் புடைத் தெறிந்து விட்டால் நமைப்
பயமுறுத்தும் சாத்திர சகுனங்கள் எல்லாம் வெறும் பதரே
புலித் தோலே - என்பது புலனாகும் ! " என்றான்.

அலை 9: யாழ்

"மருங்கு வண்டு சிறந்தார்ப்ப,
மணிப்பூ ஆடை அது போர்த்துக்,
கருங்கயற் கண் விழித்தொல்கி
நடந்தாய், வாழி காவேரி! "

கானல் வரிப் பாடல்தன்னைக் கரும்பனைய சுவை யேற்றித் தருபவளின் கரந்தனிலே இருப்பதுதான் யாழோ; அன்றி இதழ்களிடை ஒலிப்பதுதான் யாழோ என அயர்ந்திருந்தான் அழகுநம்பி உயர்ந்து நிற்கும் மார்பகத்தின் குறுக்கே சாய்த்த எழில் யாழின் இரு முனையும் இணையாய் இல்லை யென அவன் கண்கள் தீர்ப்புக் கூறித் திரு மகளாம் தேன்மொழியின் தேகக் கட்டை வியந்து நோக்கும். அவளே யாழ்! அவள் உருவே யாழ் !

அவள் மொழியே யாழ் ! அழகு நம்பி, மதி மயக்கம் கொண்டவனாய் அவள் எதிரே அசைவற்று அமர்ந் திருந்தான். திசையெட்டும் இவள் போலத் தேன் தமிழைப் பாடுதற்கும், யாழ் நரம்பை மீட்டுதற்கும் து வரையில் பிறக்கவில்லையெனப் பேசி மகிழ்ந்தது இசை அரங்கம்.

"யாழின் நரம்புகளில் எத்தனையோ உணர்ச்சி களைக் கிளப்புகின்ற இவள் விரல்கள், இதய நரம்புகளில் பட்டுவிட்டால் இன்பக் கதைகள் கோடி கோடி கேட்கலாமே! இறைவா! நின் அருளால் இன்மொழியாள் எந்தனுக்குக் கிட்ட வேண்டும்" எனத் துடித்தான் அழகுநம்பி.

யாழோசை நின்ற பின்னர் இந்த உலகத்தில் இருப்பதையே நினைத்துக்கொண்ட மாமன்ற இசைவாணரெல்லாம் இல்லம் ஏக, வெல்லத்தை மொய்த்து விட்ட எறும்புபோல அழகுநம்பி அவள் பின்னே நடக்கலானான்.

உயிர் பெற்ற ஓவியமோ - உலகு பெற்ற பெரும் பேறே- ஒப்பற்ற அழகினாலே உயிர் வாங்கி நடக்கின்றாளே ; எனப் பெருமூச்சு விட்டுக் கொண்டான்.... பின் அழகுக்கே அந்த நிலை யென்றால், முன் அழகும், முல்லைச் சிரிப்பழகும், முத்தாரம் தொடுப்பதற்குக் குவிகின்ற இதழ் அழ கும் கண்டுவிட்டால் என் நிலைதான் என்னாமோ?" எனக் கேட்டபடித் தொடர்ந்து சென்றான்.

அரங்குதனை மயங்க வைத்தாள். அழகுதனைப் பழகு தமிழ் இசையோடு குழைத்துத் தந் தாள். யாழ் எடுத்தாள். யாழானாள்.

யாரானாலும் நிகரில்லையென நாதம் தந்தாள் வேதம் தந்த கருத்தெல்லாம் அவள் விழி தந்த ஒளியினிலே கருகிப் போகும். அவள் நடந்தாள் வீடுநோக்கி!

தன் பின்னே தணியாத ஆசைக் குன்றம். தாகமுடன் தள்ளாடி வருவதை யறியாத பாவை யவள்!

வீட்டுக்குள் நுழைந்து விட்டாள்-கூட்டுக் குள் சென்ற புற-யாழ் மீட்டும் எந்தன் புறா- நாட்டுக்கு இளவரசன் எனக்கின்றி எவர் கொள் வார் என நினைத்து வாயிலிலே நின்றிருந்தான் அறிவிழந்த அழகுநம்பி.

அண்ணாந்து நின்றவனின் இதயத்தின் அடி பீடம் ஆட்டுதற்கு விண்மீது நிலாத் தட்டு தொங்கியது—அதன் நடுவே ஓர் உருவம்-அது தான் அவள் உருவம் !

இளைப்பாற நிலா முற்றம் வந்தவளின் முழுத் தோற்றம் கண்டுவிட்ட முடிவேந்தன் மைந்தனுக்கு முப்பாலின் இறுதிப் பால் தலைக்கேறி விட்டதாலே தட்டி விட்டான் வீட்டுக் கதவுதன்னை ! ஓடி வந்து ஒரு தோழி திறக்கலானாள் - இளவரசன் வருகைதனை எந்தன் எழிலரசி அறியட்டும்" எனச் சொன்னான்.

அவள் ஓடி அழகியிடம், தேன் மொழியே ! தேசத்து இளவரசன் தெருக் கதவை தட்டி விட்டுத் தேகமெல்லாம் வியர்வைக் குளமாக நிற்கின்றான். தீரங் காட்டும் தோள்களிலே நாணம் தொங்குவதை - வீரம் பாடும் மீசை களில் வெட்கம் ஆடுவதை விழியினால் உணர்ந் தேன் தோழி; விடைகொடுத்து அனுப்பவா அழைக்கவா ? " எனக்கேட்டாள்.

"அழைத்து வா'' எனச் சொல்லி அவள் அலங்கார மாடம் புகுந்தாள். அவன் வந்தான் அவளும் வந்தாள் கையில் யாழோடு !

தேன்மொழி ' எனச் சொன்னான் ; 'வணக்கமென உரைத்துவிட்டு வாய்திறக்க வழியின்றி யாழ் மீட்டிப் பாடலானாள்.'

"யாழ் கேட்க வரவில்லை கண்ணே" என்றான். "பின் யாது கேட்க ? " என்றாள்.

"உனைக் கேட்க!"

"எனைக் கேட்கவா?"

"ஆம்; அழகே ! அவனிதனிலே உனையன்றி வேறோர் நினைவறியேன். நெஞ்சினிலே இக்கணமே குடியேறு '' என்றான்.

இளவரசே! கணிகைதானே எனக் கருதிக் கணக்கைத் தவறாகப் போட்டுவிட்டீர்; என் கொழுநன் ஒருவனுண்டு என்பதையும் மறந்தீர்.

"கற்புக்கு மதிப்பு தரும் தமிழகத்தை அழிக்காதீர்; போய்வாரும்!" எனச் சினந்தாள்.

"உனை மணந்த ஒருவனுண்டு எனும் சேதி இன்றுதான் கேட்கின்றேன் பாவாய் ; அவன் எவனோ எனக்குக் காட்டிவிடு; கால் வேறு கை வேறாய் ஆக்கிவிட்டுக் கட்டிலறையை நமக் காக்கிக் கொள்வோம்" என்றான்.

"செங்கோல் வேந்தர் குடிப் பிறந்த கொடுங்கோல் கொழுந்தே! இழக்கத் துணியாத என் பொருள்கள் - ஆளன், யாழ், அருங் கற்பு - இம் மூன்றுமென நீ அறிக !" எனச் சொல்லி எழுந்து நின்றாள்.

எண்ணெய் மீது பாய்கின்ற தீ போல எரி மலையின் பெரு மூச்சில் வழிகின்ற குழம்பு போல- வேகம் காட்டி அவள் மீது பாயலுற்றான். "அய்யோ" என அவள் ஓடி அடுத்த அறைதனில் உறங்குகின்ற கணவன் மீது விழுந்தழுதாள். கண் விழித்த அவள் ஆளன், எதிரே இளவரசன் நிற்கின்ற நிலை கண்டு கொதித்துப் போனான்.

"கணிகைக்குக் கற்பா? காசினியோர் சிரிப்பார்கள்! கணவனென இருக்கின்ற மனிதா !....... கட்டி வெல்லம் நான் சுவைத்திடத் தருவாய்! இல்லை, என் கத்திக்கு இரையாக வேண்டும்...." என முழங்கி நின்றான்.

நிற்பதற்கு வழியில்லாப் பிறவி; தேன் மொழியின் ஆளன்; காலற்ற நொண்டி-அதைக் கண்டுவிட்ட இளவரசன், துணிவு மிகக் கொண்டு தொட்டிழுத்தான் தோகைதனை ! கண் எதிரே நடக்கின்ற கொடுமை காண்பதற்குச் சகியாத நொண்டி, ஆங்குள்ள மண்தொட்டி

தூக்கி, இளவரசன் தலைமீது வீச, அது கண்ட அநியாயக் காரன், வாள் நீட்டி அவன்மீது பாய்ந்தான். அதைத் தடுக்கத் தேன்மொழியாள் எண்ணி, யாழ் எடுத்து வாள்மீது வீச, வாள் ஒடிந்து யாழ் முறிந்துபோக மனமொடிந்து வீழ்ந்து விட்டாள் கீழே !

"யாழ் போன பின்னர் எது போனால் என்ன? வாழ்வோமடி வாடி!" என வாரியணைத் தான் நம்பி.

"யாழ் போனால் பிறிதொன்று வாங்கிக் கொள்வேன்; எந்தன் கற்பும், ஆளனும் போய் விட்டால் அவை வாங்க அங்காடி கிடையாது, அறிவாய்!" என மொழிந்து ஒடிந்த வாள் கை பிடித்து "உயிர் பிழைத்து ஓடு" என்றாள்.

அவள் வாளெடுத்து விட்டது கண்டு, அதை எதிர்க்க - முறிந்த யாழ் எடுத்து நின்றான் இளவல்.

"என் யாழை, உன் வாளால் வெட்ட மாட் டேன் ; நீயும் எம்மை உயிரோடு விடமாட்டாய்! காக்க வேண்டிய மூன்றில் ஒன்றிழந்தேன் - கற்பிழக்க, கணவனை உனக்கு அடிமையாக்க நான் பிறந்தேனில்லை; இதோ பார் " என்றாள். பாய்ந்தாள் கணவன்மீது!

"என்னருமை அத்தான்! உம்மை உயிரோடு சித்ரவதைக் கூடத்துக்கு அனுப்ப மாட்டேன் ; இருவருமே சேர்ந்து செல்வோம் இறப்புலகு" என்றாள். "சரி "யென்றான் கொழுநன்.

உடைந்த வாளைக் கணவன் நெஞ்சுதனில் நுழைத்தாள் - அவ்வாளைத் தன் இதயத்தில் ஏந்தினாள் இருவர் உடல் உடைந்த யாழ்மீது சாய்ந்தது!

கற்பு -ஆளன்-யாழ்-மூன்றையும் பாதகன் பறிக்க முடியவில்லை. அவள் உறுதி வென்ற தெனக் கூறி

வெட்கினான் வேந்தன் மகன் ! விழி அருவியாக
வெளியேறினான் வீட்டை விட்டு ! அவன் சென்ற
திக்கெல்லாம் யாழோசை அவனைச் சூழ்ந்து கொன்றது.

*(குறுநில மன்னன் ஒருவன் காலத்தில் நடந்த
நிகழ்ச்சியெனச் சொல்லப்படும் ஒன்றை வைத்து
எழுதப்பட்ட 'உண்மைச் சித்திரம்' இது!)*

அலை 10: சிற்பி

சோலை. சோலையிலே முல்லை. முல்லையிலே வண்டு. தென்றல் முல்லையை அசைக்க....வெட் கத்தால் ஓடுகிறது என்றெண்ணிய வண்டு...ரீங் காரம் எழுப்பி நெருங்க.... அப்போது ஒரு மல் லிகை சிரித்து, மணம் சிதற....அழைக்கிறது என்று தவறாக எண்ணிய வண்டு அங்கே பறக்க.... இந்த இன்பமான காட்சி முடிவதற்குள் ஒரு ரோஜா மலர் ஓடி வருவதுபோல அவள் வந்தாள்.

வந்தவள் சோலையைச் சுற்றிப் பார்த்து.... ஒரு பெருமூச்சு விட்டாள்.

“ இயற்கை, கவிஞர்களைப் படைக்கும் இயற்கை, காவியங்களை உண் டாக்கும் இயற்கை! ”

அவள் இதை உரக்கச் சொன்னாள். “என்னை ஒரு கவியாக்கிய இயற்கையே! நன்றியின் காணிக்கையாக ஒரு கவிதை! இதை ஏற்றுக் கொள் : :

"மாமரத்தில் தாவுகின்ற மல்லிகையே பாமரர்கள் கூறுகின்ற 'சாதி' உன்னிடத்தில் இல்லையே !"

இதைப் பாடிவிட்டு அந்தக் குயிலாள் குதித்தோடினாள். உலகத்தைப் பற்றியே கவலைப்படாத ஒரு அலட்சியம்... இளமையின் துடுக்கோடு சேர்ந்து கொண்டது. பிறகு அவள் மான்குட்டி தானே ! என்னென்னவோ ஆடிப் பாடினாள் .

ஆடிக் கொண்டே ஓடினாள். 'கலைவாணன்' என்று அகில உலகப் பட்டமளிப்பு விழாவிலே பெயர் சூட்டப் பட்ட ஒரு சிற்பி செய்த சிலை உயிரெடுத்து உலவுவது போல்

படர்ந்து கிடந்த கொடிகளைத் தடவிப் பார்த்தாள். கலாப மொன்று களிநடம் புரிந்தது -அதனோடு போட்டி போட்டுச் சாயல் காட்டி னாள். அந்தச் சோலையின் செடிகளுக்கும், கொடி களுக்கும் பேச வாயிருந்தால், “அட பயித்தியமே!" என்ற பரிகாச வார்த்தையால் அவள் காது செவிடுபட்டு விடும்.

ஆட்ட பாட்டம் முடிந்து....அவள் வரவுக்காகக் காத்திருந்த ஊஞ்சலிற் பாய்ந்தாள்; ஊஞ்சல் ஆடிற்று ! மாமரத்தின் கிளை வளைந்து கொடுத்தது. அவ்வளவு வேகம்!

“ படைவீரர் எதிரிகள்மேல் பாய்வதுபோல் ஆடு!

"உடைவாளை வீசியே சாடுவதுபோல் ஆடு! ஊஞ்சலே நீ ஆடு!"

ஊஞ்சலுக்கும் உடனே ஓர் கவிதை கட்டினாள் அவள்! ஆம்; கட்டழகி! பாடிக்கொண்டிருந்த அவள் பவளவாய் திடீரென மூடிக்கொண்டது. குளிர்ச்சியைக் கொட்டிக் கொண்டிருந்த அவள் கண்கள் கனற் கட்டிகளாயின. இதழ்கள் அவளை அறியாமலே அவள் பற்களால் கடிபட்டன. கன்னங்களில் ஈட்டி பாய்ந்து இரத்தம் வழிவது போன்ற சிவப்பு-முகத்தைத் திருப்பிக் கொண்டு மீண்டும் ஆடினாள். அவள் கண்கள் ஏதோ ஒரு குறிப்பான இடத்திற்கே கணைகளைப் போல் பாய்ந்தன ; பலமான இரும்புக் கேடயத்தில் மோதிக் கூர் மழுங்கும் அம்புகள் போலவே மீண்டும் அவள் விழிகள் சாய்ந்தன. ஆனால் அவளால் அந்த இடத் தைப் பார்க்காமல் இருக்க முடியவில்லை. "கேவலம் ...ஒரு... சிற்பி !.... எவ்வளவு ஆணவம்?"- அவள் வாய் முணுமுணுத்தது. சோலையின் ஓரத்தில் தான் அந்த வீடு-பழைய வீடு ! சில இடங்களில் சுவர்கள் சரிந்திருந்தன. வீட்டின் மேல் தளத் திலிருந்த

அந்தப் பலகணிதான் அவள் ஆத்திரத்தை அதிகப்படுத்திற்று. கறுப்புடை போர்த்துக் கொண்டிருந்த ஒரு மனிதனின் கண்கள் பலகணியின் வழியாக அவளையே பார்த்துக் கொண்டிருந்தன.

தத்தளிக்கிற மானைக் கண்டு....சில சமயங்களில் வேடன்கூட குறி மாற்றிவிடுவான். செயலற்ற எதிரியைக் கண்டு சில சமயங்களில்....படை வீரன் கூட ஒதுங்கி விடுவான். இந்தப் பாபி.... வைத்த கண் எடுக்காமல் என்னைத் துரத்து கிறானே !.... இயற்கை இன்பம் அனுபவிக்க ஒரே ஒரு இடம் எனக்கிருந்தது. இதற்கும் கேடா? உம்.... இவனை விடக்கூடாது.... நான் யார்? இவன் யார்? கேவலம்-ஒரு சிற்பி! எவ்வளவு ஆணவம்? இதோ அகம்பாவத்திற்கு அழிவு தேடித் தருகிறேன்! "

அவள் கொதித்தாள். ஒரு சாதாரண சிற்பி யின் பார்வையால்-பலாத்காரக் காம நோக்கால் -தன் கற்பு அழிந்துவிடுமென்று கருதினாள். மீண்டும் அந்தப் பலகணியைப் பார்த்தாள். அந்தக் கண்கள் அவளை விட்டுப் பிரியவில்லை. "பொன்னழகன்....பெயரைப் பார்! சிற்பி! அந்தக் காமக் கண்கள் குருடாகட்டும். சிற்பி கபோதி யாகட்டும்" - அவள் தொடர்ந்து பேசவில்லை. திடீரென ஓடினாள். ஒரு நல்ல கூர்மையான கருங்கல்! அதை வெகு வேகமாக வீசினாள். அவள் கல்லை வீசியதுதான் தாமதம்...."ஆ!........என் கலை ஒழிந்தது!" என்று வீறிட்டபடி ஒரு மனிதன் ஓடி னான். பலகணியில் படார் என்ற ஒலியோடு கல் மோதிற்று.

நரம்புகள் எல்லாம் நடுங்க...... நடுங்க ....அவள் அப்படியே நின்று விட்டாள். ஓடிக் கொண்டிருந்த மனிதன் நின்று, "இளவரசி!....என்ன காரியம்

செய்தீர்கள்?" என்று பேச்சை ஆரம்பித்தான். அவன் வார்த்தைகளை ஆத்திரம் தடுத்து அடைத்துக் கொண்டது. மீண்டும் அவன் ஓடி னான். அவளும் அவன் பின்னால் ஓடினாள்.

ஓடிக் கொண்டேயிருந்த மனிதன் வீட்டுக்குள் நுழைந்தான். அவளும் வீட்டை ஒரு முறை ஏறெடுத்துப் பார்த்தாள்.

'சிற்பியின் வீடு'-அவள் வேகத்திற்கு இந்த முணு முணுப்பு முட்டுக் கட்டை போட்டாலும்... உடனே முறிந்துபோக வேண்டிய அளவுக்கு அவள் நெஞ்சில் ஒரு ஆவல் மூண்டுகொண்டே யிருந்தது. வீட்டுக்குள் ஓடினாள்.

மேல் தளத்தில் தேம்பும் ஒலி! அந்தச் சோக ஒலிக்கு.... நடை போட்டு நகர்ந்து கொண்டிருந்தாள் அவள். "சேரன் செங்குட்டுவன்....! நான் படைத்த கலை..." விக்கி விக்கிக் கிளம்பும் அழுகையோடு இந்த வார்த்தைகள் பின்னிப் பின்னி அறுந்து போயின.

அவள் அசையாமல் நின்று கொண்டிருந் தாள். அவள் நரம்புகள் மாத்திரம் தட்டி விட்ட வீணைத் தந்திகள் போல் அதிர்ந்தன. சேரன் செங்குட்டுவன் சிலை நொறுங்கிக் கிடந்தது. சிற்பி பொன்னழகன் குப்புறக் கிடந்தான்.

"அய்யோ.... என் இருதயத்தைப் பிளந்து எறிந்துவிட்டாளே இளவரசி! சந்திரனைக் கூறு போட்டது போல் சேரனைச் சிதைத்துவிட்டாளே ! செங்குட்டுவா !.... உன் கண்ணில் ஒளியேற்ற.... எவ்வளவு கஷ்டப்பட்டேன். அந்தக் கண்கள் கதிரவனை உருட்டிவிட்டதுபோல் உருண்டு கிடக்கின்றனவே!

உனக்கு அரும்பு மீசை அமைக்க ஒரு நாள் முழுவதும் செலவிட்டேனே! அவை ஆச் சரியக் குறிகளைத் துண்டாடியது போல் தூளாகிக் கிடக்கின்றனவே! உன் அதரங்களின் துடிப்பை நிறுத்தி வைத்து.... தொகை தொகையாகப் பகை வர்கள் வந்தாலும் துச்சமெனக் கருதும் ஏளனத் தையும் அமைத்து வைத்து.... அதனால் பெருமை யடைந்தேனே.... அந்தப் பெருமை இதோ அழிந்து கிடக்கிறதே !"

பொன்னழகன் புலம்பினான். அவன் சேரனுக்குப் படைத்த நினைவுச் சின்னத்தின் சாவு கண்டு ஒப்பாரி வைத்தான்.

அவள் கண்கள் உடைப்பெடுத்த ஏரிகளாயின. பூகம்ப அதிர்ச்சியையும் தோற்கடிக்கும் ஒரு தேம்பல் அவளை உலுக்கிற்று. மரத்துப் போன சிற்பியின் மனத்திலும் உணர்ச்சியுண் டாக்கி அதனைத் துள்ளியெழச் செய்தது அந்தச் சோக விக்கல். பொன்னழகன் திரும்பிப் பார்த் தான். அவள் நின்று கொண்டிருந்தாள் செதுக்காத சிலைபோல்! பொன்னழகனின் கண்களில் புனல் தீர்ந்துவிட்டது. கனல் கிளம்பிற்று.

இளவரசி!.... பாண்டிய நாட்டில் சேரர் ஆதிக்கத்திற்கு இடமில்லை. இதுதானே உங்கள் சட்டம் ? சேர நாட்டு வீர வேந்தன் செங்குட்டு வனின் சிலையைச் செய்யக் கூடவா சிற்பிக்கு உரிமையில்லை ? வேண்டுமானால் இந்தச் சிலை யைச் செய்த குற்றத்திற்காக என்னைச் சிரச்சேதம் செய்திருக்கலாம். சிலையைச் சிதைக்காமல் சேர நாட்டு மண்ணிலாவது நட்டுவைத்தால் என் கலை வாழ்கிறது' என்ற பூரிப்போடு சாவைத் தழுவியிருப்பேன். தங்கள் பெண்ணுள்ளத்தில் கூடவா இந்தக் கருணை தலை நீட்டவில்லை ? "

இளவரசியின் கண்ணீரைத்தான் அவன் பதிலாகப் பெற முடிந்தது. அவனும் அமைதி பெற்றான். "சிலையை உடைக்க வேண்டுமென்ற எண்ணமிருந்தால் அவள் சீற்றமல்லவா அடைந் திருப்பாள்! அதற்குப் பதிலாக அழுகிறாளே!"

சிற்பியின் நெஞ்சில் இந்தச் சந்தேகம் சாந்தத்தைக் குடியேற்றியது.

கொதிக்கும் எண்ணெயில், கடுகைப் போட் டால் வெடித்துச் சிதறி விடுகிறது. சிற்பியின் கொதிப்பு அடங்கிய பிறகு இளவரசி பேச ஆரம்பித்தாள்.

சிலையை உடைக்கும் குறுகிய மனப்பான்மையும், கோணல் புத்தியும் எனக்கில்லை. இந்த ஒரு சிலையை உடைப்பதால் கோடிக் கணக்கான பாண்டிய மன்னர்களின் சிலைகள் சேர நாட்டில் உடைபடும் என்பதை நானறிகிறேன். அதுமட்டு மல்ல! பாண்டிய மரபின் புகழே..... சிலை உடைத்தாள் ஒரு சின்ன புத்திக்காரி - என்ற விமர்சனத்தால் வீழ்ந்துவிடும் என்பதும் எனக்குத் தெரியும். அதுமட்டுமல்ல! சேரனும் நமது இனத்தவன் என்ற உண்மையும் தெரியும். கலைஞரே நான் இந்தச் சிலையை உடைத்த காரணத்தை உலகம் அறிந்தால்.... தங்களைக் 'கலைவாணர்களின் மன்னர் மகன்' என்று வாயார வாழ்த்தும் !

சிற்பியின் கண்களில் புது ஒளி! அவன் நெற்றியில் சந்தேக ரேகைகள்! அவன் இதழ்களில் ஆவல் துடிப்புகள் ! இளவரசி பேச்சைத் தொடர்ந்தாள் :

மனிதனா சிலையா-என்று நிதானிக்க முடி யாத நிலையில், என்னை விடாமல் பார்ப்பது ஒரு மனிதன் தான் என்று நினைத்து.... கோபத்தால் கல் எறிந்தேன்.

"ஆனால் உடைந்திருப்பது சிலை! சிலைக்கு உயிர் அளித்து நிறுத்தியிருந்த தங்கள் கலைத் திறமையைப் புகழக் கவிஞர்கள் கிடைக்க மாட்டார்களே ! "

“ என்ன! சிலை தங்களைப் பார்த்ததா?"- சிற்பியின் அதரங்களில் துடிப்பு அடங்கவில்லை.

"ஆமாம். என்னை அந்தப் பார்வையால் இழுத்தது. என் நெஞ்சில் தீ கிளம்பும் அளவுக்கு என்னை விடாமல் அந்தப் பார்வை துரத்தியது. அதன் பிறகு தான் கல்லை வீசினேன் !”

'காதல் பார்வை என்கிறீர்களே ! .... என் சேரனுக்கு வீரப் பார்வையல்லவா அம்மா ? '

"இருக்கலாம்..... வெகு தூரத்தில் பார்வையின் தன்மை தெரியவில்லை. ”

"உம், நல்ல பாடம்! அழகுள்ள பெண் சுவையுள்ள கனி - மணமுள்ள மலர் -இவைகளுக்கு ஆபத்து இருப்பது போல் உயிருள்ள கலைக் கும் ஆபத்து உண்டு! ஆனால் அந்த ஆபத்து இந்த வடிவிலும் வருமென்பதை இன்றுதான் அறிந்தேன்."

"மண மலரும், அழகியும், சுவையுள்ள கனி யும் மனதில் மோதும் ஆசை அலைகளால் கறை படும். தங்கள் கலைச் சின்னம் என் கல் மனம் வார்த்தெடுத்த கட்டாரியால் அல்லவா நொறுங்கி விட்டது !”

"கல் மனமா?...என் கலைத் திறமை என்று கூறினீர்களே இளவரசி!"

"மனதை மயக்க நினைப்பது ஒரு மனிதர் என்று நான் எண்ணியது தங்கள் கலைத் திறன் ! எண்ணிய மனிதரை எதிர்க்கத் துணிந்தது என் மனம்."

" புரியவில்லை இளவரசி!"

பொன்னழகன், சிலை நொறுங்கிக் கிடப்பதைக் கூட மறந்து விட்டான். இளவரசியின் இதழசைவை எதிர்பார்த்திருந்தான். அவளோ பேச முடியாமல் நின்றாள். அவள் நெற்றியில் வியர்வைத் துளிகள்! அவள் கண்களில் பல மின்னல்கள்! அவள் நிற்பதற்குச் சக்தியற்றுப் போனாள். சிற்பி சொல்லாமலே அங்கு கிடந்த பீடத்தில் உட்கார்ந்தாள். அவள் பார்வையை மாற்ற வில்லை. அவன் மட்டும் உடைந்து கிடந்த சேரனின் கையை எடுத்து கைகளில் உருட்டிக் கொண்டிருந்தான்.

ஒரு ஆணழகன்; அவன் அரச குமாரனல்லன். அவன் மடியிலே ஒரு பேரழகி; அவள் அரச குமாரிதான். இப்படி ஒரு சிலை ! அந்தச் சிலையை அவள் பார்த்தாள். சிற்பியைத் தன் கண்களால் இழுத்து.... இந்தச் சிலை.... ?".... என்று அவள் கேட்டு முடிப்பதற்குள்..." அது அம்பிகாபதியும், அமராவதியும்’’ என்று அவன் பதில் வழங்கினான். 'அம்பிகாபதி கவிஞன்; அமராவதி அரசகுமாரி ! பொன்னழகன் கலைஞன்; வேல்விழி இளவரசி!"

அவள் இதை வாய்விட்டுப் பேச இயல வில்லை. சிற்பியின் விலாவில் மட்டும் ஒரு வேல் பாய்ந்திருந்தது போலிருந்தது. அவன் முகத்தில் ரேகைகள் மின்னல் வேகத்தில் பாய்ந்து மறைந்தன.

அந்தக் கோடுகள் தந்த விளக்கத்தை அவளும் புரிந்து காண்டாள். அவர்கள் பேச வேண்டிய கஷ்டமே இல்லாமல் போயிற்று.

"செங்கதிரும் செவ்வரக்காம்பல் மலரும் பேசிக்கொண்டா இருக்கின்றன? இளவரசீ!" என்றான், அவளுடைய பழச்சுளை பதிலைக் கேட்டு இன்பமடைய!

அவளுக்கும் அவன் சொற்கள் இப்போது கற்கண்டாகி விட்டன.

எந்தப் பொன்னழகன் தன்னைப் பார்த்த குற்றத்திற்காகக் குமுறினாளோ- எந்தப் பொன்னழகனைக் கேவலம் ஒரு சிற்பி என்று முணு முணுத்துப் பேசினாளோ-அந்தப் பொன்னழகனின் இன்மொழி கேட்க....அவள் துடிதுடித்தாள். பேசத்தான் நா எழவில்லை. பொன்னழகன் பேச்சைத் தொடர்ந்தான்.

தாங்கள் சோலையிலே பாடினீர்களே கவிதை ! .... அதை ஒரு முறை கேட்கலாமா?

'கவிதையா ? ... தாங்கள் கேட்டீர்களா?'

"ஆமாம். நாள் தோறும் கேட்கிறேன் "

'உண்மையாகவா?'

"மாமரத்தில் தாவுகின்ற மல்லிகையே- பாமரர்கள் கூறுகின்ற சாதி உனக்கில்லையே !"

என்று மாமரத்தையும், மல்லிகையையும் கவிதையில் நிறுத்தி மனித வர்க்கத்தைப் பழித்தீர்களே.... நினைவிருக்கிறதா ? "

இளவரசியின் கன்னங்களில் சிவப்பு விரிந்தது.

சிற்பி இன்னும் பேசினான் : " நான் தங்கள் கவிதை இன்பம் பெறத் தவறுவதே யில்லை. தங்கள் கற்பனைக்கு இலக்கான மல்லிகைக் காட் டுக்குப் பின் புறத்தில் மாலை நேரங்களில் ஒளிந் திருப்பதும், தங்கள் கவிதைகளை ரசிப்பதும் என் வாடிக்கை.... "

"காரணம் ....?" - அவள் இந்த உலகத்தில் இல்லை.

"இளவரசீ ...!"... பொன்னழகன் பேச்சை இழுத்தான்.

இளவரசி குறுக்கிட்டாள் : 'நான் வேல் விழி!

வெட்கத்தால் அவள் குனிந்து கொண்டாள்.

"வேல்விழி !"

" அன்பா ! "

அம்பிகாபதி

அமராவதி சிலை அவர்களை வாழ்த்துவதுபோல் தோன்றியது !

அலை 11: சேவல் சண்டை

அயலூர் போய் வீடு வந்த இனியனிடம் "என்னத்தான் வாங்கி வந்தீர்?" எனக் கேட்டுப் பறந்து வந்தாள், ஏந்திழையாள். இல்லறத்தின் புதுச் சுவையைத் தெவிட்டாமல் உண்ணுகின்ற இளங் காதற் பெட்டகங்கள், இனியன்-ஏந்திழை, இருவரும் தமிழ்க் குலத்தார்-எழிற் கோலத்தார் ! வானவில்போல் அழகு காட்டி வளைந்திருக்கும் தோகை கொண்ட ஆண் கோழியொன்று வாங்கி வந்தேன் எனச் சொல்லி, மடிமீது இருந்து கொண்டு மறத் தமிழன் சாயல் காட்டும் சேவல் தன்னைப் பார் என்றான். "பாகற் பழம் போன்ற கொண்டைதனைக் கண்டாயோ பெண்ணே! சூடு பட்ட நாக்கு போல் தொங்குகின்ற தாடையின் அழகுபார் கண்ணே! சேரனின் நடை காட்டும்! படை கண்டு கலங்காத வீரனின் தோற்றம் காட்டும்! ' எனப் புகழ்ந்தான். 'சரியத்தான் ஒப்புகிறேன்; பெட்டையொன்று வாங்கி வந் தாலும் முட்டையிடும்........ இதைக் கொணர்ந்து பயன் என்ன?' ஏந்திழையின் பேச்சுக்கு முதற் பதிலாய் நகை முழக்கிப் பின்னும் கூறலானான். துப்புரச் சிவந்த வாய்ப் பேரழகே! பசுமாடு, பெண்ணாடு, பெட்டைக் கோழி — வளர்ப்பதிலே பால், முட்டையெனப் பயன் காணும் குறிக்கோள் ஒன்று மட்டும் உண்டு!... நான் சேவல் வாங்கி வந்த நோக்கத்தை உன் செவிதனிலே போட் டால் ஒப்பிடுவாய் என் செயலை !' எனச் சொன்ன அத்தானின் தோளில் சாய்ந்து, " புரிந்து கொண் டேன் உமதுள்ளம் - பெண்ணைப் புகழ்வதற்கு மயில் தன்னை அழைத்திடுவார்;- இனிமேல் ஆணைப் புகழ்வதற்கும்

சேவல் தன்னைக் காட்டிடலாம் என்பதுதான் உமதெண்ணம்! எனச் சிரித்தாள்.

"அதிலும் தவறுகின்றாய் என் அன்பே! ஆணுக்குச் சேவல் தன்னை ஒப்பிடலாம் !.... மறுப் பாரில்லை! ஆனால் ஒன்று ; பெண் குலத்தைப் புகழ்வதற்கும் ஆண் மயில்தான் தேவைப்படும் — அதையும் உணர்ந்திடுவாய்!" என்று கூறி அவள் முகம் கடுப்பதற்குள் முத்தத்தால் சிவப்பாக்கி முடித்து விட்டான் கோபந்தன்னை !

“ஏந்திழையே! இன்று காலை நடைபெற்ற நிகழ்ச்சியொன்றை உன்னிடத்தில் சொல்லாமல் இருப்பதற்கு முடியவில்லை! என் மாமன் செங் கண்ணன் இருக்கின்றாரே; அவருக்குத் தினந் தோறும் தேகத்தில் கொழுப்பேறி நாக்கு வழி சிந்துகின்ற காட்சிதன்னை நான் நேராக அனுப வித்தேன். சேவற் சண்டையிலே பெருவீரர் எனப் புகழ் மண்டிவிட்ட காரணத்தால் - என்னமோ தானே தான் உடல் வருந்திப் போரிட்டு வென்றது போல் அரிவாள் மீசை தன்னை முறுக்கிவிட்டு, அன்றொரு நாள் இலங்கை யினை ஆண்டிருந்த இராவணன் போல் எண்ணிக்கொண்டு நடக்கின்றார்; தொலையட்டும் கவலையில்லை ! நான் சேவல்தன்னை வாங்கிக் கொண்டு வருகின்ற வழியினிலே மடக்கிக் கொண்டு, "என்னப்பா இளவெட்டு! சண்டைக்குப் பழக்குதற்குக் கோழி வாங்கப் போகின் றாயோ?' எனக் கேட்டார். "இல்லை”யென்றேன். என்னதான் பழக்கினாலும் என்னை வெல்ல ஈரேழு லோகத்திலும் ஆள் இல்லை! வளர்த்துப் பார் உன் சேவலையும்! என் கோழி மூச்சுப்பட்டால் உன் கோழி ஒரு காதம் ஓடிவிடும்" எனத் தற் பெருமை மலைமீது ஏறி நின்று சண்டைக் கோழி தரும் பெருமையாலே மண்டைக் கனம்

கொண்டு விட்ட மாமன் கூவலானார். நானும் பேசலுற் றேன் :

"சேவற் சண்டையிலே பெற்ற புகழ் பெரு வீரம் என நினைத்து - சேரன் செங்குட்டுவன், கனகவிசயர் மீது வீசி நின்ற கனல் தெறிக்கும் வார்த்தைகளைப் பேசாதீர் மாமா! கோழிதன்னை ஆசையாய் வளர்ப்பதற்கு வாங்கி வந்தேன்— கோழையையும் சினங்கொள்ளச் செய்கின்ற

உமது பேச்சால் அந்த எண்ணம் மாற்றிக்கொண் டேன். சூளுரைப்பேன்; ஏற்றுக் கொள்ளும்! சூரர் நீர்தான் எனச் சூட்டிக்கொண்ட பட்டத்தை, எண்ணி இரு திங்கள் முடிவதற்குள் இழக்கச் செய்வேன். இன்று முதல் எந்தன் கோழி சண் டைக் கோழி ! இதையறிவீர் — வருகின்றேன்- எனச் சொல்லி வந்து விட்டேன்

"ஊர் முழு வதும் பரவி விட்டதடி இச்செய்தி !"

"ஏனத்தான் புது வம்பு ! கோழிச்சண்டை யினைத் தொழிலாய்க் கொண்ட செங்கண்ணன் அவரிடத்தில் வெல்வதென்றால் சுலபமா? வேண் டாமே வீராப்பு! தோற்று விட்டால் வெளி யிலே கிளம்புதற்கும், வீதியிலே நடப்பதற்கும் வெட்கம் - வெட்கம்! வேண்டாம் அன்பா பிடி வாதம் - விட்டு விடுக ! " என்றாள்.

தமிழன் சூளுரைத்துப் பின் வாங்கினான் எனில் தலை குனிய நேராதோ — தங்கமே ! அஞ்சாதே! நம் கோழி வீரக் கோழி என்பதற்கு ஒரு சான்று ! இதன் தாய்க் கோழி, ஒரு நாள் குஞ்சுக் கூட்டமுடன் இரை தேடப் போகும் போது, கொத்த வந்த பருந்து ஒன்றை எதிர்த்துத் துரத்தியதாம். மற்றொரு நாள் வஞ்சக நரி யொன்றின் வயிற்றுக்கு விருந்தாகும் நெருக்கடியில் போராடித் தப்பியதாம்!

அதன் பிள்ளை இந்தச் சேவல்! '

"சரியத்தான்-சேவல் பேச்சு முடியட்டும்! பெட்டைக் கோழியின் துயர் தீர்ப்பீர் ; வாரும்!" என்றாள் பஞ்சணைக்கு! பருவ ராணி தந்திட்ட பழச்சுவை யமுதங்கூட அவனுக்குச் சுவைக்க வில்லை; மலர் மெத்தை இன்பத்தைத் தரவும் இல்லை; வீணையும் நாதமும் ஆகிவிட்ட நிலையில் கூட ஏந்திழையின் செங்கண்ணைப் பார்த்தவுடன் செங்கண்ணன் நினைவாலே குழப்பமுற்றான். எப் படியும் வெற்றி பெற்றிட வேண்டுமென்ற துடிப் பாலே செயல் புகுந்தான். சேவலுக்குப் போர் பயிற்சி துவங்கிற்று. தாயின் பேரைப் பிள்ளை எடுக்குமென்ற தளராத நம்பிக்கையொரு புற மும் - செங்கண்ணன் கோழிப் போர் மேதை என்ற புகழுரைகள் மறுபுறமும் நெஞ்சத்தைத் தாக்கிடவே, நாள் நெருங்க நெருங்க நடுங்க லானாள் ஏந்திழையாள் !

போர் நாளும் வந்தது - ஊர் மக்கள் கூடி விட்டார். இருநூறு பொன் பந்தயத் தொகை யாக இரு சார்பும் கட்டவேண்டுமென நிபந்தனையும் தந்தார்கள் ஊர்ப் பெரியோர்! நானூறு பொன் கொண்ட கிழியொன்று தொங்குகின்ற மண்டபத்தில் ஊரார் அனைவருமே நிறைந்திருந் தார். இனியன் தன் சேவற் கோழியுடன் களம் வந்தான். இளங் கோழி ! ஆனாலும் செங் கண்ணன் கோழி போல் பலமுள்ள கோழியாய்த் தெரிய வில்லை ' எனச் சொன்னார் சில கிழவர்! அதைக் கேட்டாள் ஏந்திழை! மேனி யெல்லாம் வியர்வையாலே நனைந்து விட்டாள். இனிய னின் சேவல் நிற்கின்ற இடம் நோக்கி, ராஜ நடை போட்டவாறு செங்கண்ணன் கோழி வந்த வுடன் ஊர்ச் சிறுவர் கை கொட்டி வரவேற்றார். ஏந்திழைக்குப் பொறுக்கவில்லை. செங்கண்ணன் கோழி,

உயரத்தில் இனியன், கோழிதன்னை மிஞ்சுவதாய் நின்றிருந்த காட்சி அவள் உள்ளத்தை உலுக்கிற்று. போர் ஆரம்பம் ! ஒன்றையொன்று கொத்துதற்கும் பிராண்டுதற்கும் காலாலே கீறு தற்கும் முயற்சித்து மோதின ! சிறகுகள் காற்றில் பறந்தன! எழிற் கொண்டைகள் நிமிர்ந்தன ! சுழற் காற்று போல் இரண்டு சேவலும் சுழன்று சுழன்று போர் புரிந்த வேகத்தை ஊரார் வியந் தனர் ! இனியன் கோழித் தலையினிலே ஒரு கொத்து! குருதி வெள்ளம்! ஆனாலும் அயர வில்லை. முதுகினிலே மற்றொரு கொத்து ! வலி பொறுக்க வில்லை. சற்றுச் சோர்வு! அந்தச் சோர்வு கண்ட நேரத்தில் செங்கண்ணன் கோழி 'மளமள'வென அதன்மீது பறந்து பறந்து கொத்தியது! கீறியது! இனியன் கோழி கத்தியது! ஏந்திழைக்கோ நிற்க இயலவில்லை. அதைவிட்டு ஓடிவிட்டாள். அவமானம் சூழப் போகிறதே என நினைத்து இனியனுமே கலங்கலுற்றான். ஏந்திழை ஓடியதைக் கண்டு மனம் நொந்தான். செங்கண்ணனின் சிரிப்பு வலுத்தது. ஊர் மக்கள் கைகொட்டி ஆர்ப்பரித்தார். இனியன் கோழி இப்போது வீழ்ந்துவிடும்--செத்துவிடும் எனச் சொல்லி ஒரு கிழவர் வாய் மூடுவதற்குள், செங் கண்ணன் கோழிமீது அக் கோழி ஒரு பாய்ச்சல் நடத்தியது. மறு பாய்ச்சல்-செங்கண்ணன் கோழிக்கு வயிற்றினிலே ஒரு காயம்! அடுத்த ஒரு மோதல் - பாய்ச்சல் !...... இனியனுக்குப் பெரு மகிழ்ச்சி! திடுமெனச் செங்கண்ணன் கோழி விலகிச் சென்று, இனியன் கோழி மேல் பாய்வதுபோல் போக்குக் காட்டிக் களம் விட்டு ஓடிற்று! தோல்வியால் முகம் தொங்கவிட்டான் செங்கண்ணன்.

அதே ஊர் மக்கள் இனியனுக்கு மாலையிட்டார். மாலைதன்னைக் கோழிக்கு அணிவித்து நானூறு பொன்னோடு வீடு வந்தான். குப்புற வீழ்ந்திருந்த

ஏந்திழைக்கு வெற்றிச் சேதி கிடைத்திடவே-அத்தானை எதிர்கொண்டு தழு விக் கொண்டாள். விடவே மறுத்தாள். முத்த மழை-காதல் பெருவெள்ளம் உடைப்பெடுத்து ஓடிற்று; இன்பப் பிரவாகம் !

கோழிக்குக் களைப்பாற வேண்டுவன செய்து விட்டு, "நானூறு பொன்னுக்கும் கோழிக்கே ஒரு கூண்டு வாங்கிடுவீர் !...... இரும்புக் கம்பியுள்ள கூண்டு இனி நம் கோழிக்குக் கூடாது ; வெள்ளிக் கம்பியுள்ள கூண்டொன்றே தேவை என்றாள்."சரி" யென்று கிளம்பிவிட்டான் கூண்டு வாங்க!

மறுநாள் காலையிலே வெள்ளிக் கூண் டுடனே வேல் விழியாம் ஏந்திழையைக் கூப்பிட் டான், "பார்த்தாயா கூண்டழகை " எனக் காட்ட! அவளும் வந்து, இருவருமே இரும்புக் கூண்டினிடம் சென்று அன்புச் சேவல் தன்னை இடம் மாற்றிக் குடியேற்றக் கூண்டை த் திறந்தார். வெள்ளிக் கூண்டினிலே வாழ்வதற்குச் சேவலுக்கு விருப்பமில்லை போலும் - அதனாலே அது மாண்டு கிடந்தது இரும்புக் கூண்டினிலே!

அலை 12: ஆண்டு விழா

அவள் : "கிளியென்னைத் தனி விடுத்துப் புலி வேட்டையாடுதற்குப் போகின்ற அத்தானே! துளிகூட இரக்கமில்லை உந்தன் நெஞ்சில்?"

அவன்:- "உளிபடா உயிர்ச் சிலையே ! ஒளி விளக்கே! விடுபடா திருக்கின்ற அம்புக் கெல்லாம் வேலைதரக் காடு செல்வேன்; விடை கொடு-விரைவில் வருவேன்."

அவள் :- "அம்பென்றாய் அன்றொரு நாள் எந்தன் கண்ணை-இக் கணையைத் தூங்கவிட்டு அக் கணைக்கு வேலைதர அடவிப் பயணம் - அடுக் குமா அத்தான் இது?'

அவன்: " வக்கணைக்காரி!இக்கணமே இந்தா முத்தம்; எண்ணிக்கொள் - இந்தப் பேச் சுக்கு எந்தன் பரிசு!

அவள்:-- முத்தத்தால் முழு உடலும் கொதிப்பேறி இதயத்தின் ஏக்கமிகு சத்தத்தால் எந்தன் காதெல்லாம் செவிடுபடும் செயல் புரிந்து செல்லாதே. வேண்டாம்; என்னைத் தீண்டிக் குளிரேற்றிப் பின்னர் நடுக்கும் உடலுக்குப் போர்வையாய் உதவாமல் போய்விடுவாய்-வேண்டாம்; வேண்டாம்! "

அவன்:- "தீங்கனியே! தீண்டுவதால் குளிர் என்றாய்; முன்பு தீப்போல் கொதிக்கு மென்றாய் உந்தன் மேனி-இதில் எதை நான் நம்புவது?"

அவள்: "குளிர் பொழிகின்ற நிலவி னுக்கு வெப்பமுண்டாம் -- அதுதான் அதுதான் குறள் முழக்கும் மூன்றாம் பாலினுக்கும் முழுப் பொருத்தம்! "

அவன்:- " உன்னைக் கைப்பிடித்து ஒரு கிழமை ஊமையாய்க் கிடந்தாய்-ஆண்டு ஒன்று முடிவதற்குள் அனைத்துலகும் வெற்றி கொள்ளும் கனிப் பேச்சு கொட்டுகின்றாய்!

அவள்:- " இன்னும் என்னை ஊமையாய்ச் செய்வதற்கு ஒரு வழி உண்டத்தான்

அவன்:- "என்ன கண்ணே ?

அவள் :- பேச்சற்ற உலகம் ஒன்று;

ஆண்டவனால் அமைவதில்லை அவ்வுலகு; ஆண் பெண் இருவருமே படைக்கின்ற புது உலகு போவோமா?!"

அவன்:- "விழியம்பு காட்டி, வில் புருவம் வளைத்துக் காட்டி, இதழோரம் அமுது காட்டி, இன்பக் கரையோரம் நடப்பதற்கு அழைக்கும் பாவாய்-இரு புலியைக் கொன்று வந்தால் இறைவன் தரும் பரிசுப் பொருள் இந்த வீடெல் லாம் குவியும்! இரு ; ஒரு நாள் தனியாக-நாளை வருவேன்! "

அவள் :- தனியாக இருப்பதில்லை ; கனியாமல் காயாக வளர்ந்து வரும் அன்பின் சின்னம் அடிவயிற்றில் விளையாடும் - அதன் எழிலைக் காணாமல் நான் தவிப்பேன் ஆயினும் எல்லையில்லா மகிழ்ச்சியோடு பிள்ளை தரும் தொல் லையிலே இன்பம் காண்பேன்! நீ அருகிருந்தால் உந்தன் கிள்ளை என் வயிற்றுக்குள் ஆடுகின்ற ஆட்டந்தன்னை நாம் இருவருமே சுவைக்கலாமே ! "

அவன்: சுவைப்பதற்கு அட்டியில்லை சொர்ணமே! புலி இரண்டு கொன்றுவிட்டால் புவியாளும் சோழனுக்குப் பெருங் களிப்பு ! எனை யாளும் உந்தன் கழுத்துக்குப் புலி

நகத்தால் பொற்றாலி! வரப்போகும் 'புது வரவு 'புலிப்பல் நகையால் பொலிவு பெறும்!"

அவள்: "போகட்டும்-பொழுது போவதற்கும் விடிவதற்கும் இடையிலே என்னோடு இருந்துவிட்டுச் சேவலோடு எழுந்திருந்து நடப் பதற்கும் மறுப்புதானோ?"

அவன்:- "மறுப்பேது; பருப்பு நெய் பாகுந் தேனுங் கலந்து தரும் உண்டிதனை வெறுப்ப தற்கு ஆளும் உண்டோ? ஆயின் ஒன்று இர வோடு சென்றால்தான் ஒளிந்திருந்து காட்டினிலே புலி பிடிக்க ஏதுவாகும்!

அவள்:- "சரியத்தான் சென்றுவா நீ — எரியடுப்பாய் எந்தன் மனசுதனை ஆக்கிவிட்டு 'எலி' பிடித்துவரப் போகின்றாய்; போ-போ- உடன் போய்விடு ! "

அவன்:- "மின்னலுக்கு உவமையாகும் இடையழகி! இடைதனிலே இயற்கைக் குட மேந்தி நடக்கின்ற பாங்கு கண்டு இதயம் தந் தேன். உன் தந்தை மணம்புரியப் பொருத்தம் பார்த்தார். என் மலைத் தோளில் உன் பழக் கன்னம் பதிவதற்குப் பொருத்தமுண்டா? அதைப் பார்க்கவில்லை ஆருடத்தில்! தோஷ மொன்று தொங்குவதால் 'பிள்ளைப்பேறு' வாய்ப்ப தற்கு இடமே இல்லை - இதைச் சொன்ன நிமித் திகனை இழித்துரைத்துக் குடும்ப விளக்கை ஏற்றி வைத்தோம் -- இந்த ஆண்டில், இறுதியிலே குலக்கொடியைப் போற்றி வளர்ப்போம்......

இதற்கிடையே இன்னொரு நாள் விலகியிருப்ப தற்கு விடை தருவாய் ! "

அவள்:- ஒரு நாள் பிரிவதற்கு அழ வில்லை; கொடும் புலியின் பிடியில் பட்டால் அரும் பொருளை இழந்து

நிற்பேன் - ஆருயிரைப் பறி கொடுப்பேன் - அதனால்தான் கெஞ்சுகின்றேன் விஷப் பரீட்சை, வேண்டாமென்று!"

அவன் :- *அரசனது ஆண்டு விழா அன்று வேடிக்கை பார்ப்பதற்கு மட்டுமல்ல ; வெகுமானம் பெறுவதற்கும் போகலாம் அன்பே!"*

அவள் :- *"ஆண்டு விழா அரசனுக்கு இப் போது- இந்நாளில் புலி வதைத்துப் பரிசுபெறத் துடிக்கின்றாய்- பொன்னான பரிசொன்று நான் தர இருக்கின்றேன்; நாலு திங்கள் பொறுத்துக் கொள்வாய்! "*

அவன்:- *சின்ன மலர்-வண்ண மயில் -தமிழ் மழலை -தங்கக் கட்டி -*

அவள் : *"கன்னல் நிகர் செந்தமிழைக் கரத்தில் ஏந்தி, எண்ணமெல்லாம் இனிப்பேற்றும் உந்தன் முன்னே இதழ் முழுதும் சிரிப்பு விளக் கேற்றி நின்றிடுவேன்- அதைவிடப் புலிகொன்று பெறப் போகும் பெரும் பரிசு சிறப்பானதோ ? செப்பிடுவாய்!'*

அவன்:- *"கண்ணழகு காட்டுகின்ற என் அருமைத் தங்கம்! கட்டழகும், நாம் பெற்ற மொட்டழகும் இன்பம் எனினும், காட்டினிலே ஒளிந்திருந்து நாட்டழகைக் கெடுக்கின்ற புலி கொல்லல் பேரின்பமன்றோ! "*

அவள் :- *" பல் வரிசை முத்தாரம் எனப் புகழ் வாயே; அதைவிடப் படைவரிசை பெரிதாகி விட்டதோ உனக்கு?"*

அவன் : *முத்தாரம் வேண்டா மெனச் சொல்லவில்லை; உன் முத்த ஆரத்தை வெறுக் கின்ற துறவியுமல்ல; உனை அடையாமல் இருந் தால் நான் எடுத்தது பிறவியுமல்ல - எதற்கும் நேரம் வேண்டும்; நிலையை உணர வேண்டும்-*

முரசொலிக்கும் நேரம்; முதுகாட்டில் புலியொழிக்க அணிவகுப்புக் கிளம்புகின்ற வேளை – முத்தாரம் கண்டுவிட்டு, முரசொலிக்கு செவி மடுப்பேன் நாடு காக்கும் நல்ல செயல் முடிப்பேன் - செயல் முடிந்த பின்னர்; சிந்தைக்கு விருந்தாக முத் தாரம் கொடுப்பேன் உனக்கு! '

அவள் :-"அறிவு தெளிந்ததத்தான் எனக்கு நாட்டு மக்களைக் கொன்றொழிக்கும் காட்டு விலங்கழிக்கப் போவதுதான் தமிழ் மகன் கடமை! ...அதோ முரசு ஒலிக்கிறது-புறப்படு விரைவில்!" அவன்: " வாயில் 'முத்தாரம்' காட்டிச் சொல்வாய்!"

(அவள் புன்னகை தவழ, அவனை வழி யனுப்பி வைக்கிறாள். அவனும் நாட்டுக்குப் பணி யாற்றப் புறப்படுகிறான்.)

★★★

9 788198 841063